AF762516

INSIGHT PUBLICA®

INSIGHT PUBLICA®
Nadakkavu, Kozhikode, Kerala
Tel:0495–4020666
www.insightpublica.com
e-mail: insightpublica@gmail.com
Akamporul
Kattakada Ramachandran
(Malayalam Poems)
First Edition: February 2021

ISBN 978-93-90535-99-6
Printed and Published by
Insightinpublica Printers & Publishers Pvt. Ltd.
₹ 179

അകംപൊരുൾ

കവിതകൾ

കാട്ടാക്കട രാമചന്ദ്രൻ

INSIGHT PUBLICA®

കാട്ടാക്കട, കൊല്ലോട് ഗ്രാമത്തിൽ ജനനം, മലയിൻകീഴ്, കാട്ടാക്കട, തിരുവനന്തപുരം എന്നിവിടങ്ങളിലായി വിദ്യാഭ്യാസം. വിദ്യാഭ്യാസകാലത്തുതന്നെ നാടകങ്ങളും കവിതകളും എഴുതി തുടങ്ങി. 1976-ൽ സർക്കാർ ജീവനക്കാരനായി പാലക്കാട്ടെത്തി. അരങ്ങുകളും, ക്യാമ്പുകളും, നാടകസമിതികളും, നാടകസംവിധാനവും, ഗാനരചനയും തഴച്ചുവളർന്നു.

നാടകത്തിന് സംഗീതനാടക അക്കാഡമി അവാർഡും, സി.എൻ. സ്മാരക പുരസ്കാരവും ലഭിച്ചു. കവിതക്ക്, വി.കെ.ജി. അവാർഡും, വള്ളുവനാട് സാഹിത്യ വേദി അവാർഡ്, ഗുരുകുലം അവാർഡ്, സുരേന്ദ്രൻ സ്മാരക അവാർഡ് (നാല് തവണ) മലയാളം ന്യൂസ് ഏർപ്പെടുത്തിയ ഒ.എൻ.വി സാഹിത്യപുരസ്കാരം (2017) പ്രൊഫ. തിരുനല്ലൂർ കവിതാ സമ്മാനം 2017, ശ്രീ സ്വാതി തിരുനാൾ സാഹിത്യ പുരസ്കാരം 2020 തുടങ്ങിയവയും, കവിതാരചനക്ക് 28 സംസ്ഥാന തല പുരസ്കാരങ്ങളും ലഭിച്ചിട്ടുണ്ട്. സംസ്ഥാന സഹകരണ വകുപ്പിൽ നിന്നും വിരമിച്ചു.

മറ്റ് കൃതികൾ: *നിളയുടെ ഗാനം, പൊലിപ്പാട്ട്, കാടത്തം, കനല്വകൾ, ഉണർത്തുപാട്ട്, രാമനീതി, കാണാത്തകണി, മുടിയേറ്റ്, കണ്ണാടി, ഏകശില, അകംപൊരുൾ* (കവിതാസമാഹാരം) *നാടിൻപാട്ടുകൾ* (നാടൻപാട്ട് സമാഹരണം) *അഞ്ച് തെരുവ് നാടകങ്ങൾ* (തെരുവുനാടകം) *ഉഷ്ണമേഖല, ധ്രുവങ്ങൾ , പരിണാമം , തുരുത്ത്, താവളം, അരക്കില്ലം* (നാടകം)

ഭാര്യ : പി.കെ. ശോഭന

മക്കൾ : ശ്രുതി. ആർ.ചന്ദ്രൻ, അരുൺ.ആർ.ചന്ദ്രൻ

വിലാസം: ചിന്ത, കൊല്ലോട് പി.ഒ, തിരുവനന്തപുരം - 695571

ഫോൺ: 9447106352, 9895638040

കാട്ടാക്കട രാമചന്ദ്രൻ

ഉള്ളടക്കം

കവിതകൾ

അകംപൊരുൾ

പ്രൊഫ: തോമസ് താമരശ്ശേരി

ജീവിച്ചിരിക്കുന്ന കാലഘട്ടത്തെ അടയാളപ്പെടുത്തുന്ന കവിതകൾ രചിക്കാൻ മിക്ക കവികൾക്കും താല്പര്യമുണ്ട്. അങ്ങനെയുള്ള എഴുത്തുകാരിൽ ചിലർ പുരോഗമന സാഹിത്യ പ്രസ്ഥാനങ്ങളോടു കൂറുപുലർത്തുകയും, മനുഷ്യ നന്മയിൽ അധിഷ്ഠിതമായ ചരിത്ര മുഹൂർത്തങ്ങളെ രചനകളിലൂടെ ആവിഷ്കരിക്കുകയും ചെയ്യാറുണ്ട്. അത്തരത്തിലുള്ള സാഹിത്യകൃതികൾക്ക് ചരിത്രത്തിൽ വലിയ സ്ഥാനം ലഭിക്കുന്നു. വ്യക്തിപരമായ ജീവിതാനുഭവങ്ങളുടെ പരിസരങ്ങളിൽ നിന്നും സ്വാംശീകരിക്കുന്ന അറിവുകൾ സാഹിത്യകാരന്റെ അസംസ്കൃത വസ്തുവാണല്ലോ. ഈ അസംസ്കൃത വസ്തുക്കൾക്ക് ജീവൻ നൽകി മികച്ച സൃഷ്ടികളാക്കാൻ ധാരാളം പേർക്കു സാധിച്ചിട്ടുണ്ട്. ഈ ഗണത്തിൽപ്പെടുന്ന ഒരു സാഹിത്യകാരനാണ് കാട്ടാക്കട രാമചന്ദ്രൻ. എട്ട് കാവ്യസമാഹാരങ്ങൾ ഉൾപ്പെടെ പതിനാറിലധികം വ്യത്യസ്തമായ സാഹിത്യ ഗ്രന്ഥങ്ങൾ അദ്ദേഹം പ്രസിദ്ധീകരിച്ചിട്ടുണ്ട്. കാട്ടാക്കട രാമചന്ദ്രൻ പ്രശസ്തിയുടെ പിന്നാമ്പുറങ്ങളിൽ സ്വയം 'പ്രമോട്ടു' ചെയ്യാൻ ഒരിക്കലും ശ്രമിച്ചിട്ടില്ല. ആർപ്പ് വിളിക്കാനാളില്ലാത്തതുകൊണ്ട് പ്രശസ്തി ലഭിക്കാതെ പോയ ധാരാളം സാഹിത്യകാരന്മാരുണ്ട്. വിവാദങ്ങളുടെ കെട്ടഴിച്ചുവിട്ട് പ്രശസ്തനാകുന്നവരും അപൂർവ്വമല്ല. നമ്മുടെ ചുറ്റുവട്ടത്തിൽ നിന്ന് അങ്ങനെയുള്ള ധാരാളം പേരെ കണ്ടെത്താൻ കഴിയും. നാലരപതിറ്റാണ്ടോളമായി മലയാള സാഹിത്യലോകത്ത് നിരന്തരമായി വ്യാപരിക്കുന്ന കാട്ടാക്കട രാമചന്ദ്രൻ, പ്രചാരണ വേലകളിലൂടെ സാഹിത്യകാരനാകാൻ ഒരിക്കലും ശ്രമിച്ചിട്ടില്ലെന്നുള്ളതും വാസ്തവമാണ്.

മലയാള കവിതാ സാഹിത്യ ചരിത്രത്തിൽ കാട്ടാക്കട രാമചന്ദ്രന്റെ ഇടം എവിടെയെന്ന അന്വേഷണത്തോടുകൂടി 'അകം പൊരുൾ'എന്ന കവിതാ സമാഹാരത്തെ അവതരിപ്പിക്കാൻ ശ്രമിക്കാം. ഈ അന്വേഷണത്തിൽ കവിയുടെ ഭാവുകത്വപരമായ സ്ഥാനവും അന്വേഷിക്കേണ്ടതുണ്ട്. ചുരുക്കത്തിൽ കാലഘട്ട പരമായും പ്രസ്ഥാനപരമായുമുള്ള അന്വേഷണം. ചെറുശ്ശേരി, എഴുത്തച്ഛൻ, കുഞ്ചൻ നമ്പ്യാർ എന്നീ പ്രാചീന കവിത്രയം കടന്ന് വെണ്മണിക്കവികളിലൂടെ കവിത്രയത്തിലും ഇടപ്പള്ളിക്കവികളിലും എത്തിച്ചേർന്ന് വൈലോപ്പിള്ളി, ഒ.എൻ.വി, പി. ഭാസ്കരൻ, വയലാർ, എം.പി. അപ്പൻ, നാലാങ്കൽ കൃഷ്ണപിള്ള, ജി. ശങ്കരക്കുറുപ്പ്, പി.കുഞ്ഞിരാമൻ നായർ, ഇടശ്ശേരി തുടങ്ങിയ കവികളുടെ സമീപത്തേക്ക് കാട്ടാക്കട രാമചന്ദ്രനെ അവരോധിക്കാം. പിൽക്കാല കവികളായ എൻ.വി.കൃഷ്ണവാര്യർ അയ്യപ്പപ്പണിക്കർ, സുഗതകുമാരി, കടമ്മനിട്ട രാമകൃഷ്ണൻ, അക്കിത്തം, ആറ്റൂർ തുടങ്ങിയ കവികളുടെ കവിതാരീതികളുമായി ഇണങ്ങി നിൽക്കാൻ ഈ കവി ആഗ്രഹിക്കുന്നില്ല. കുരീപ്പുഴ ശ്രീകുമാർ, സച്ചിദാനന്ദൻ, ബാലചന്ദ്രൻ ചുള്ളിക്കാട്ടും, മറ്റ് ആധുനികാനന്തര കവികളുടെയും കാലഘട്ടത്തിലാണ് ഈ കവി ജീവിക്കുന്നതെങ്കിലും ഭാവപരമായും രൂപപരമായും കാട്ടാക്കടയുടെ കവിതകൾ അവയിൽ നിന്നും വേറിട്ടു നിൽക്കുന്നു.

മലയാളകവിതയുടെ ഭാവുകത്വ പരിണാമങ്ങളോട് വിയോജിപ്പു പ്രകടിപ്പിക്കാതെ പാരമ്പര്യ വഴക്കങ്ങളെ ആശ്ലേഷിച്ചു മുന്നോട്ടു പോകാൻ താല്പര്യമുള്ള കവിയാണ് കാട്ടാക്കട രാമചന്ദ്രൻ. സാഹിത്യത്തിൽ വിശേഷിച്ച് കവിതയിൽ നിരന്തരമുണ്ടാകുന്ന മാറ്റങ്ങൾ അദ്ദേഹം ഉൾക്കൊള്ളാറുണ്ട്. ലളിതമായ ആവിഷ്കരണമാണ് വായനക്കാർക്കിഷ്ടമെന്ന വിശ്വാസമാണ് രാമചന്ദ്രനുള്ളത്. വായിക്കാൻ പ്രേരിപ്പിക്കുന്ന - ദുരൂഹത ഇല്ലാത്ത രചനകളിലൂടെ മുന്നോട്ടു പോകുന്നതിനു കാരണവും അതാണ്. കവിതയെന്നാൽ കവിത ആയിരിക്കണമെന്നും അത് ഏറെക്കുറെ വൃത്തമോ താളമോ ഉള്ളതായിരിക്കണമെന്നും രാമചന്ദ്രന് നിർബന്ധമുണ്ട്. പരീക്ഷണ വഴിയിലേക്ക് ഇറങ്ങിച്ചെന്ന് കവിതയെ മലീമസമാക്കാൻ അദ്ദേഹത്തിനു താല്പര്യമില്ല. സമൂഹത്തിലെ അസന്തുലിതാവസ്ഥകളോടുള്ള വിയോജിപ്പ് പ്രകടിപ്പിക്കുന്ന ധാരാളം കവിതകൾ ഈ സമാഹാരത്തിലുണ്ട്. വിഷയം തിരഞ്ഞെടുക്കുന്നതിനുള്ള കൃത്യതയാണ് രാമചന്ദ്രന്റെ കവിതയുടെ മറ്റൊരു പ്രത്യേകത. ആദർശപരമായ ആഖ്യാനങ്ങളാണ് അവയിലധികവും.

പുരോഗമനപരമായ ചിന്താധാരയിൽ ഉറച്ചു നിന്നുകൊണ്ട് മധുരതര കവിതകളാൽ ശ്രദ്ധേയനായ കവിയാണ് കാട്ടാക്കട രാമചന്ദ്രൻ.

അദ്ദേഹത്തിന്റെ ഏറ്റവും പുതിയ പുസ്തകമായ അൻപത്തൊന്നു കവിതകളുടെ സമാഹാരമായ അകം പൊരുളാണ് ഇവിടെ അവതരിപ്പിക്കുന്നത്. മികച്ച എട്ട് കവിതാസമാഹാരങ്ങളും നാടകമുൾപ്പെടെ മറ്റനേകം സാഹിത്യ കൃതികളും എഴുതിയിട്ടുള്ള വ്യക്തിയാണ് അദ്ദേഹം. മലയാള കവിതയുടെ മർമ്മമറിഞ്ഞ പരിണതപ്രജ്ഞനായ ഒരു കവിയുടെ കവിതകളാണ് ഈ പുസ്തകത്തിലുള്ളതെന്നു നിസ്സംശയം പറയാം. മലയാള കവിതയിലെ നവഭാവുകത്വം അംഗീകരിക്കാതെ പാരമ്പര്യ വഴിക്ക് കാവ്യരചന നടത്താനാണ് കാട്ടാക്കട ശ്രമിച്ചിട്ടുള്ളത് എന്ന് ഇതിലെ കവിതകൾ സാക്ഷ്യപ്പെടുത്തുന്നു. ആധുനികാനന്തര കവിതകളുടെ രീതികളിൽ നിന്നുള്ള വഴിമാറി നടപ്പായി ഇതിലെ കവിതകളെ വിലയിരുത്താം. എന്നാൽ മലയാള കവിതയുടെ നവ ചൈതന്യം വ്യത്യസ്തമായ രീതിയിൽ ഇവിടെ അടയാളപ്പെടുത്തിയിട്ടുമുണ്ട്. പ്രകടമായ വൃത്തബോധമുള്ള ഒരു കവിയുടെ കാൽപ്പാടുകൾ ഈ സമാഹാരത്തിലെവിടെയും കണ്ടെത്താം. സാമൂഹിക വിഷയങ്ങളോടുള്ള കാട്ടാക്കടയുടെ പ്രതിബദ്ധതയ്ക്ക് ഉദാഹരണങ്ങൾ ഇതിൽ ധാരാളമുണ്ട്. രാമചന്ദ്രൻ എഴുതിത്തെളിഞ്ഞ ഒരു കവിയായതുകൊണ്ട് കവിതകൾ അദ്ദേഹത്തിന്റെ കൈയ്യിൽ അനായാസമായി വിടരുന്നതു കാണാം.

കാട്ടാക്കട രാമചന്ദ്രന്റെ കവിതകളിലൂടെ കടന്നുപോകുമ്പോൾ ഡോ: കെ.മഹേശ്വരൻ നായർ പറഞ്ഞതുപോലെ അദ്ദേഹം ശക്തിയുടെ കവിയാണെന്ന് തെളിയുന്നു. നിത്യവും കവിതയിൽ വ്യാപൃതനായിരുന്ന കാട്ടാക്കടയ്ക്ക് തന്റെ കവിതകളെ ബൗദ്ധികമായ ഏതെങ്കിലും ചട്ടക്കൂട്ടിലൊതുക്കി നിർത്തി ദളിത്, സ്ത്രീ പക്ഷം, പരിസ്ഥിതി തുടങ്ങിയ രീതിയിൽ അവതരിപ്പിക്കാൻ താല്പര്യമില്ല. ആധുനിക-ഉത്തരാധുനിക ചിന്തകൾക്കപ്പുറത്ത് കവിതയെന്ന ധർമ്മത്തെ ഉപാസിച്ച് തന്റെ ഹൃദയത്തിലേക്ക് വരുന്ന വികാരങ്ങളെ ബഹിർഗമിക്കുവാൻ മാത്രമേ അദ്ദേഹം ശ്രമിക്കുന്നുള്ളൂ. കാലത്തെ അതിജീവിക്കാനുള്ള കരുത്ത് അകം പൊരുളിലെ മിക്ക കവിതകളും പ്രകടമാക്കുന്നു. കാട്ടാക്കട രാമചന്ദ്രന്റെ കവിതകൾ ഇന്നല്ലെങ്കിൽ നാളെ കാലം അംഗീകരിക്കുമെന്നുള്ളത് നിസ്തർക്കമാണ്.

കവിയുടെ പ്രത്യയശാസ്ത്രപരമായ നിലപാട് മിക്കവാറും കവിതകളുടെയും മുഖമുദ്രയാണ്. സാമൂഹിക ജീവിതത്തിന്റെ പ്രതിഫലനമായി പ്രത്യക്ഷപ്പെടുന്ന ആശയാദർശങ്ങൾ അദ്ദേഹത്തിന്റെ കവിതകളിൽ പ്രതിഫലിക്കുന്നു. വളരെ അനായാസമായി ആസ്വദിക്കാവുന്ന കവിതകളെഴുതു എന്ന നിർബന്ധമുള്ള ഒരു കവിയുടെ കവിതകളാണ് ഇവിടെ വായിക്കാൻ കഴിയുന്നത്. വായനക്കാർക്ക് അപ്രാപ്യമാകുന്ന കവിതകളെഴുതാൻ മുതിരാതെ മുന്നോട്ടുപോകാനാണ് ഈ കവി എന്നും

ശ്രമിച്ചിട്ടുള്ളത്. അതുകൊണ്ട് ലാളിത്യത്തിന്റെ മുഖമുദ്രകളായി മാറുന്നു ഈ സമാഹാരത്തിലെ കവിതകളധികവും. വികാരോജ്ജ്വലമായ സന്ദർഭങ്ങളുടെ സാമീപ്യമുള്ള കവിതകളും ഇതിൽ പ്രത്യക്ഷപ്പെടുന്നു. കവിയുടെ രാഷ്ട്രീയപരമായ ആഭിമുഖ്യം സൂചിപ്പിക്കുന്ന ചില കവിതകൾ ഇതിലുണ്ട്. അവയാകട്ടെ നിശിതമായ രചനാമുനകൊണ്ട് കോറിയിട്ട വയാണെന്നു നിസ്സംശയം പറയാം. 'കൊയ്ത്തുകേറുമ്പോൾ' എന്ന കവിത അവയിലൊന്നാണ്.

'വിടരുമൊരു സംസ്കൃതി, ഞങ്ങൾ തൻ
ഹൃദയപക്ഷം ചുവപ്പിച്ച ശോഭയിൽ
പുതിയ പുഞ്ചകൾ വിത്തിട്ടു കേറുവാ-
നരിയ കൗതുകം ഞങ്ങൾക്കു മൂത്തിടാം....!'

ഈ വരികളിൽ കവിയുടെ ഹൃദയപക്ഷം വെളിപ്പെടുത്തുന്നു.

അനുഭവങ്ങളുടെ പരിസരങ്ങളിൽ നിറഞ്ഞു നില്ക്കുന്ന ചിന്തകളെ കവിതയായി പ്രത്യക്ഷവൽക്കരിക്കുന്ന കവിയാണ് രാമചന്ദ്രൻ. പ്രകാശം, രാമൻ ഉവാച, ഓണാഘോഷം, സൂര്യൻ, പുഴയുടെ പ്രണയം, കിരാതം തുടങ്ങിയ കവിതകൾ അത് ശരിവെയ്ക്കുന്നു. വഴിതെറ്റി നടക്കു ന്നവർക്ക് അറിവുള്ള നേതൃത്വം വേണമെന്ന് ഉദ്ബോധനമാണ് മൗനഭഞ്ജനം എന്ന കവിത. നേർവഴി നയിക്കാനാളില്ലെങ്കിൽ ചെന്നു ചേരാനിടയുള്ളത് ദുരന്തപൂർണ്ണമായ ഇടത്തിലേക്കായിരിക്കുമെന്ന ഓർമ്മപ്പെടുത്തലാണീക്കവിത.

ഇതുവരെ നടത്തിയ പാഴായ ജീവിതത്തിനറുതി വരുത്താൻ, യാത്ര യ്ക്കൊരുങ്ങുന്ന ഒരു പഥികന്റെ ദീനത വരച്ചുകാട്ടുന്ന കവിതയാണ് മാറാട്ടം. കരുതലൊന്നുമില്ലാതെ-ലക്ഷ്യമില്ലാതെയുള്ള-മരണത്തിലേ ക്കുള്ള യാത്രയാണത്. വൃദ്ധന്റെ ജീവിതത്തിൽ ഇതുവരെ അനുഭവിച്ച പ്രയാസങ്ങൾക്കൊക്കെ ഫലമുണ്ടായി. മക്കൾ നല്ല നിലയിലെത്തി യെങ്കിലും ഗ്രാമീണ സൗന്ദര്യം മറന്നു പട്ടണത്തിലേക്കവർ കുടിയേറി യതിൽ വൃദ്ധന് വ്യസനമുണ്ട്. അവരുടെ മക്കൾ വർഷത്തിലൊരിക്കൽ ഗ്രാമത്തിലെ വീട്ടിലെത്തുമ്പോൾ അന്യഗ്രഹവാസികളെപ്പോലെ പെരു മാറുന്നു. മണ്ണിന്റെ ചൂരും ഗ്രാമത്തിന്റെ ചൈതന്യവുമറിയാതെ പട്ടണപ്ര വേശം നടത്തുന്ന പരിഷ്കാരികളെ പരിഹസിക്കുന്നതാണീക്കവിത. വിഷമം സഹിക്കാനാവാതെ 'തെക്കോട്ടുള്ള' യാത്രയ്ക്കൊരുങ്ങുന്ന വൃദ്ധന്റെ ചിത്രത്തിലൂടെ നമ്മുടെ നാടിനു സംഭവിച്ച മാറ്റങ്ങൾ അക്കമിട്ടു നിരത്തുകയാണിവിടെ.

മാനവസേവ മാധവമസേവയാകുന്നതിനുപകരം, മാനവസേവ മറന്നുകൊണ്ട് മാധവസേവനത്തിനിറങ്ങുന്നവരെ നിശിതമായി

വിമർശിക്കുവാൻ വിശപ്പ് എന്ന കവിതയിലൂടെ ശ്രമിക്കുന്നു. പുല്ലും പുഴുവും പുണ്യവും ഒന്നായിക്കാണുന്ന മാധവന്റെ പുണ്യം, മാനവസേവ മറന്ന നിങ്ങൾക്ക് എങ്ങനെ കിട്ടുമെന്ന് കവി ചോദിക്കുന്നു. വിശപ്പിന്റെ കാഠിന്യം കൊണ്ടും, ഇല്ലായ്മയുടെ വല്ലായ്മ കൊണ്ടും ഒരു കൂട്ടർ ദുരിത പൂർണമായ ജീവിതം നയിക്കുമ്പോൾ ഉന്നത ജീവിതം നയിക്കുന്നവരെ ഇല്ലായ്മ ചെയ്യാനുള്ള അഗ്നി ദീനരുടെ കൺകളിൽ ജ്വലിക്കുമെന്നും കവി പറയുന്നു. പട്ടിണി കൊണ്ടു വലയുന്നവരനവധിയുള്ളപ്പോൾ പട്ടു കിടക്ക വിടാതെ നൃത്തച്ചുവടിളക്കുന്ന ഉന്നതന്മാരുടെ അവസാനമാണ് വരാൻ പോകുന്നതെന്ന സൂചനയാണ് കവി ഇവിടെ നൽകുന്നത്.

തത്ത്വചിന്താപരമായ ഒരു കവിതയാണ് അകംപൊരുൾ. ആത്മാന്വേഷണമാണ് ഈ കവിതയിൽ സാധ്യമാക്കുന്നത്. സ്വന്തം മനസ്സിനോടുള്ള സംഭാഷണമായി ഈ കവിതയെ വിലയിരുത്താം. സംഘർഷം നിറഞ്ഞ സ്വന്തം ജീവിത പരിസരത്തെത്തി നില്ക്കുന്ന കവി തന്നോടു തന്നെ ചിലതു ചോദിച്ചുത്തരം കണ്ടെത്തുകയാണിവിടെ. ഏതു മനുഷ്യനെ നോക്കിയും നീയും ഞാനും ഒന്നാണെന്നു പ്രഖ്യാപിക്കുന്ന ദാർശനികമാനമുള്ള ഒരു കവിതയാണ് അകംപൊരുൾ.

തൂലികയെ ഭയക്കുന്ന കൂട്ടരുടെ ദുഷ്ട മാനസത്തെ പറ്റിപ്പറയുന്ന കവിതയാണ് പേന. അക്ഷര വിരോധികളായവരുടെ ചിന്തകളുടെ വൈകൃതം ശൂലമുനകളിൽ കൊരുത്തെറിഞ്ഞാൽ അസ്തമിച്ചു പോകുന്ന തല്ല എന്ന താക്കീതാണ് ഈ കവിതയിൽ വ്യഞ്ജിക്കുന്നത്. പടവാളിനു തുല്യമായ പേനയേന്തുന്ന വിരലുകൾ അറുത്തു മാറ്റിയാലും അതിന്റെ സ്ഥാനത്ത് ആയിരം വിരലുകളുണ്ടാകുമെന്നും കവിത താക്കീത് നൽകുന്നു.

ജീവിതത്തിന്റെ നശ്വരതയെപ്പറ്റി പറയുന്ന കവിതയാണ് പൂന്തേൻ. പ്രകൃതിയിലൊന്നും നിയന്ത്രണവിധേയമാക്കാൻ കഴിയുകയില്ലെന്നും അഥവാ തടഞ്ഞാലും അവ താല്ക്കാലികമാണെന്നും, പുലരി, മധ്യാഹ്നം, രാത്രി, ഇരുട്ട്, പിന്നെയും പുലരി ഇങ്ങനെ കാലം മുന്നോട്ടു നീങ്ങിക്കൊണ്ടിരിയ്ക്കുമെന്നും, തിളങ്ങി നില്ക്കുന്നവയൊക്കെ തിളക്കമറ്റവയാകുമെന്നും കവി നിരീക്ഷിക്കുന്നു. വർണ്ണങ്ങളേതും ഇരുളായി മാറുമെന്നും കവി ബോധിപ്പിക്കുന്നു.

'വർണ്ണരാജികൾ കണ്ണഞ്ചി നില്ക്കുന്ന
സ്വർണ്ണ മോഹങ്ങൾ പൂക്കില്ലൊരിക്കലും
കാത്തു പോരുന്ന നിന്നകം സംസ്കൃതി
പൂത്തു കാണില്ല മൊട്ടേ കരിഞ്ഞിടും'

എന്ന് കവി കണ്ടെത്തുന്നു.

സാമ്പ്രദായിക രീതിയുള്ള വൃത്തത്തിലെ കവിത എഴുതാവൂ എന്ന ചിന്താഗതി ചങ്ങമ്പുഴയുടെ കാലത്തുതന്നെ മലയാളത്തിൽ നിന്നും അപ്രത്യക്ഷമായി. താളത്തെപ്പറ്റി യാതൊരു ബോധവുമില്ലാത്തവർക്കും കവിതയെഴുതാൻ കഴിയുമെന്ന രീതി മലയാള കവിതയിലുണ്ടായി. വൃത്തം ഉപേക്ഷിച്ച ചില കവികൾ കവിതയിൽ സംഗീതത്തിന് സ്ഥാനം നൽകി. പരകവിത ഗദ്യത്തിലാണെങ്കിൽ നമ്മുടെ സംവേദന മാധ്യമത്തോടു അടുത്തു നില്ക്കുന്നതുകൊണ്ട് വികാര സംക്രമത്തിന് കൂടുതൽ അനുയോജ്യമാകുമെന്ന് ആധുനിക കവികളിൽ ചിലർ വിശ്വസിച്ചു. ആധുനികാനന്തര കവികളും ഈ ചിന്താഗതി പിൻതുടരുന്നത് കാണാം. അടിസ്ഥാനപരമായി ഭാരതത്തിലെ കലാസൃഷ്ടികളിൽ അധികവും താളം ചേർന്നവയാണ് എന്ന് വിശ്വസിക്കുകയും, കവിതയിൽ താള വിന്യാസത്തിന് സ്ഥാനമുണ്ടെന്ന് അടയാളപ്പെടുത്തുകയും ചെയ്ത കവിയാണ് രാമചന്ദ്രൻ. അതുകൊണ്ടുതന്നെ അദ്ദേഹത്തിന്റെ കവിതകളിലെല്ലാം വൃത്തമോ താളമോ പിന്തുടരുന്നതു കാണാം. മനസ്സിനെ വിശുദ്ധമാക്കുന്ന ചിന്തയെ ഉണർത്തുന്ന അനുഭൂതിയെ സാന്ദ്രമാക്കുന്ന, ആർദ്രതയെ താലോലിക്കുന്ന അന്ധവിശ്വാസങ്ങളെ അപഹസിക്കുന്ന, ന്യായാന്യായങ്ങളെ വേർതിരിച്ചറിയുന്ന ഒരു കവിതാ മണ്ഡലത്തിൽ വ്യാവൃതനായിരിക്കാനാണ് കാട്ടാക്കട രാമചന്ദ്രന് എപ്പോഴും താല്പര്യം

മിനുസമുള്ള കവിതകളെ രാമചന്ദ്രൻ എഴുതിയിട്ടുള്ളൂ എന്ന് ഓരോ കവിത വായിക്കുമ്പോഴും നമുക്ക് മനസിലാകും. ആ മിനുമിനുപ്പിനോടൊപ്പം ആഴത്തിലുള്ള ചിന്തകളും കടന്നുവരുന്നു. അതാകട്ടെ മലിനമാകുന്ന പുഴകളും, മറ്റു പരിസരങ്ങളും, യുവതലമുറയുടെ അപഥ സഞ്ചാരവും, പതനങ്ങളും ജീവിത നിഷേധവും കവിയെ അലോസരപ്പെടുത്തുന്നതായി കവിതകളിലൂടെ സാക്ഷ്യപ്പെടുത്തുന്നു. സമകാലിക ജീവിതത്തിന്റെ സ്പർശനമില്ലാത്ത കവിതകൾ ഈ സമാഹാരത്തിൽ വിരളമാണ്. ദളിതന്റെ ആത്മ സംഘർഷവും പരിസ്ഥിതിയുടെ മുറിവും, അധഃസ്ഥിത ജീവിതം നയിക്കുന്നവരുടെ ആകുലതകളും, കവിതയിൽ പലയിടത്തും കടന്നുവരുന്നു. പൂർവ്വസൂരികളെയും പുരാണ കഥാപാത്രങ്ങളെയും പുനരാവിഷ്കരിക്കുമ്പൊഴും ഇതുവരെ ആരും പറഞ്ഞിട്ടില്ലാത്ത കാര്യങ്ങളിലേക്കു കവിത കടക്കുന്നതു കാണാം. ചീറിപ്പാഞ്ഞു പോകുന്ന ജീവിതാവസ്ഥകളോടു കലഹിക്കുമ്പൊഴും, പ്രാക്തന സൗന്ദര്യത്തിന്റെ ആഴങ്ങളിലേക്ക് നോട്ടമെത്തിക്കാനും കവിക്കു കഴിഞ്ഞിട്ടുണ്ടെന്നു നിസംശയം പറയാം. അനർത്ഥമായ ധാരാളം കവിതകൾ ഉണ്ടായിക്കൊണ്ടിരിക്കുന്ന ഇക്കാലത്ത് അർത്ഥവും കാതലും ശോഭയുമുള്ള കവിതകളെ രാമചന്ദ്രൻ എഴുതിയിട്ടുള്ളൂ. അകംപൊരുളിലെ അൻപത്തൊന്നുകവിതകൾക്കും ഈ വിശേഷണം ചേരും.

അന്ധവിശ്വാസങ്ങളെ വേരോടെ പിഴുതെറിയാൻ ആഗ്രഹിക്കുന്ന ഒരു കവിയെ ഈ സമാഹാരത്തിലെ ചില കവിതകളിൽ കാണാൻ കഴിയും. ഗണിതമെന്ന കവിതയിൽ ഗണകന്റെ നാരായമുനയിലെ ഗണിത ഭംഗം അതീവ ഹൃദ്യമായി അവതരിപ്പിച്ചിരിക്കുന്നു. ജാതകദോഷം കൊണ്ട് സംഭവിക്കാവുന്ന വിപത്തിനെ, അതു സംഭവിച്ചില്ലെങ്കിൽ കൂടി അതീവ സുന്ദരമായി ഇവിടെ അവതരിപ്പിച്ചിരിക്കുന്നു.

'വിത്തിട്ടു പൊന്തിയ വിളകൾ കരിഞ്ഞതും
പച്ചപ്പറവകൾ ചിറകറ്റു വീണതും
കെട്ടിനിൽക്കുന്ന സമുദ്രജലം തിള-
ച്ചുച്ചത്തിലാകാശമാർഗ്ഗേണ പോയതും
പൂവല്ല പൂന്തോട്ടമല്ലൊരു പൂക്കാല-
മാകെക്കരിഞ്ഞതിൻ ചാരം പറന്നതും
ഗർഭം ധരിച്ച കാർമേഘങ്ങളൊക്കെയും
കൊട്ടിത്തിമിർത്തങ്ങു പെയ്യാതെ പോയതും'

തുടങ്ങിയ അതിമനോഹര കൽപ്പനകളാൽ അനവധി വരികൾ

കാട്ടാക്കട രാമചന്ദ്രന്റെ കവിതകളിൽ കാണാം. ചേലുള്ള ഗണിതത്തിലെ ഗണം തെറ്റാത്ത വരികൾ. സുന്ദരമായ വരികളുടെ വിതരണക്കാരനെന്ന് ഈ കവിയെ വിശേഷിപ്പിച്ചാലും അധികപ്പറ്റാവില്ല. അത്രമേൽ ചാരുത ഈ കവിതകളിലെമ്പാടും കാണാം.

പശിമയുള്ള മണ്ണിനെ തരിശാക്കി, ആകാശത്തേക്കു നോക്കി കിനാവ് കാണുന്ന മനുഷ്യനൊരു പ്രഹരം നൽകുന്ന കവിതയാണ് വിത. ആകാശത്തിലെ ശൂന്യതയിൽ വിതയ്ക്കാനും തസ്കര രഹിതമായ ആകാശപ്പാടത്ത് കള്ളവും ചതിയുമില്ലെന്നും, വേലികെട്ടിത്തിരിച്ച വേണ്ടാതീനങ്ങളില്ലെന്നും ആഹ്വാനം ചെയ്യുന്ന കവിതയാണ് വിത. മനുഷ്യന്റെ സ്വാർത്ഥതയും ദുരയും സ്നേഹരഹിതമായ പെരുമാറ്റവും ആകാശത്തിന്റെ ശൂന്യതയിൽ പരിഹസിക്കുന്നു. മണ്ണും പെണ്ണും പരസ്പരമുള്ള ചേരിതിരിവും മാനവന്റെ ദുഃഖത്തിന് കാരണമാകുമെന്ന ലോകതത്വം ഇവിടെ പുനരാവിഷ്കരിക്കുന്നു.

ഭാവികാല ജീവിതത്തെ ഭയമില്ലാതെ ജീവിക്കുന്ന-എണ്ണ തിളച്ചു കിടക്കുന്നത് തന്റെ നാശത്തിനാണെന്നറിയാത്ത കടുക ജന്മങ്ങളെ ആവിഷ്കരിക്കുന്ന കവിതയാണ് കടുക്. വലിപ്പം കൊണ്ടും ജീവിതം കൊണ്ടും വളരെ നിസ്സാരമാണെങ്കിലും ഉള്ളിൽ നിറഞ്ഞിരിക്കുന്ന അഹന്ത കൊണ്ട് വലിപ്പം നടിക്കുന്ന ജന്മങ്ങളെ പരിഹസിക്കുന്നതാണ് ഈ കവിത.

കാട്ടാക്കട രാമചന്ദ്രന്റെ കവിതകളിലൂടെ കടന്നുപോകുമ്പോൾ കാണാൻ കഴിയുന്ന യാഥാർത്ഥ്യം എന്താണെന്ന് ഇവിടെ അന്വേഷിക്കേണ്ടതുണ്ട്. വാക്കുകളെ നിയന്ത്രണവിധേയമാക്കി പദസുഭഗതയുടെ പരിലാളനയാൽ അവതരിപ്പിക്കുന്ന കവിയാണ് കാട്ടാക്കട രാമചന്ദ്രൻ എന്ന് അദ്ദേഹത്തിന്റെ എല്ലാ കവിതകളും വിളംബരം ചെയ്യുന്നു. അചിരേണ പദം പൊരുളിന്റെ പാവനമായ ആകാശ സഞ്ചാരം സാധ്യമാക്കിത്തീർക്കുന്ന കൽപ്പനകൾ നിർലോഭം വാരിവിതറുന്ന കാഴ്ചകൾ ശൂന്യ വിധാനത്തിൽ കാണാം. ഏതോ വിസ്മയ ലോകത്തിൽ പ്രവേശിച്ചതുപോലെ വായനക്കാരെത്തുന്നു. ഈ കവിതകൾ വായിക്കുമ്പോൾ വായനാനന്തര ചിന്തകൾക്ക് അനുവാചകരെ എത്തിക്കുന്ന മാന്ത്രിക വിദ്യയും അദ്ദേഹത്തിന് സ്വന്തമാണ്.

കവിതയെ ഉന്തിത്തള്ളിയും, സിനിമാപ്പരസ്യം പോലെ അവതരിപ്പിച്ചും, വിവാദ കലുഷിതമായ അന്തരീക്ഷം സൃഷ്ടിച്ചും ശ്രദ്ധ ആകർഷിക്കാൻ അദ്ദേഹം ഒരിക്കലും ശ്രമിച്ചിട്ടില്ല. വളരെയധികം നല്ല കവിതകളെഴുതിയ രാമചന്ദ്രൻ തീർച്ചയായും മലയാള സാഹിത്യലോകത്തിലെ ഒരു മുതൽക്കൂട്ടാണ്. ഉത്തമങ്ങളായ അദ്ദേഹത്തിന്റെ കവിതകൾ കാലം അംഗീകരിക്കുക തന്നെ ചെയ്യും.

കാട്ടാക്കട രാമചന്ദ്രന്റെ കാവ്യ നഭസ്സിലെ പൂർവ്വസൂരികളായ കവികളോടുള്ള ആദരവിന്റെ ബഹിർസ്ഫുരണങ്ങളാണ് കാളിദാസൻ, എഴുത്തച്ഛൻ എന്നീ കവിതകൾ.

'കാടന്റെയുള്ളിൽ
ചന്തങ്ങൾ പൂത്തു
കാടത്തമാറ്റാൻ
മാർഗം തെളിഞ്ഞു'

കാട്ടാള സമാനനായി - ബുദ്ധിഹീനനായിക്കഴിഞ്ഞ ആൾ മഹാകവി കാളിദാസനായി മാറുന്ന ഐതിഹ്യപ്പെരുമയുടെ പിൻബലത്തിലാണ് കാളിദാസൻ എന്ന കവിത പൂർണ്ണമാകുന്നത്. പുറത്തെ കാളിയും അകത്തെ ദാസനും ചേർന്നു വളർന്നു വലുതാവുന്ന കാര്യപ്പെരുമയുടെ അടയാളപ്പെടുത്തലായി മാറുന്നു ഈ കവിത. എഴുത്തച്ഛന്റെ ജീവിതത്തെപ്പറ്റിയുള്ള ഐതിഹ്യങ്ങളെ ചേർത്തുകൊണ്ടാണ് എഴുത്തച്ഛൻ എന്ന കവിത അവതരിപ്പിച്ചിരിക്കുന്നത്. രത്നാകരൻ വല്മീകത്തിലിരുന്ന് വാല്മീകിയായി ആദ്യകാവ്യം രചിച്ചതിന്റെ പിന്തുടർച്ചയായി അദ്ധ്യാത്മരാമായണവുമായി എഴുത്തച്ഛൻ രംഗപ്രവേശനം ചെയ്തു. ഈ കവിതയിൽ ആവിഷ്കരിച്ചിരിക്കുന്ന നാലു വേദങ്ങളും ആറു ശാസ്ത്രങ്ങളും ആടിയുണ്ടായ അമ്മാനഗാഥകളായിട്ടാണ് എഴുത്തച്ഛന്റെ

കവിതയെപ്പറ്റി പറയുന്നത്. തുഞ്ചൻപറമ്പിലെ കാഞ്ഞിരവും എഴുത്തച്ഛന്റെ രാമഭക്തിയുടെ മഹനീയതവെളിവാക്കുന്നതോടൊപ്പം ശ്രീരാമനെ തിരിച്ചറിയാത്ത ജനതയുടെ വൈകല്യങ്ങളും കവി തുറന്നെഴുതുന്നു.

പ്രണയത്തോടുള്ള രാമചന്ദ്രന്റെ മനോഭാവം തെളിയിക്കുന്ന കവിതയാണ് പ്രണയഭരം. ഇത് കേവലമൊരു പ്രണയകവിത അല്ല; പ്രണയത്തോടു മറ്റുള്ളവർ കാണിക്കുന്ന മനോവൈകല്യം നിറഞ്ഞ സമീപനത്തെ പരിഹസിക്കാനാണ് കവി ഇവിടെ ശ്രമിക്കുന്നത്. പ്രണയം വാണിഭ ചന്തയിൽ വിൽക്കപ്പെടുന്ന ഒരു ഉപഭോഗവസ്തുവായി മാറിയ വർത്തമാനകാല യാഥാർത്ഥ്യത്തെ കവി നിശിതമായി വിമർശിക്കുന്നു. വിശുദ്ധമായ സ്നേഹത്തിലൂടെ മുന്നോട്ടു പോകേണ്ട പ്രണയത്തിനുണ്ടായ വൈകല്യത്തെയാണ് കവി കുറ്റപ്പെടുത്തുന്നത്.

കടലിരമ്പം ശമിക്കുന്ന തീരത്തി
ലൊരുമനോഹര ശില്പം കണക്കിനെ
പ്രണയമങ്ങനെ ചാഞ്ചാടി നിൽക്കുന്നു
മൃദുല സന്ധ്യകൾ പൂക്കാതെ നിൽക്കുന്നു

ഈ വരികൾ പ്രണയത്തിന്റെ വർത്തമാനകാലാവസ്ഥയെ മികച്ച രീതിയിൽ ആവിഷ്കരിക്കുന്നു.

പ്രണയമങ്ങനെ വാണിഭ ചന്തയിൽ
നിരനിരയായിരിക്കുന്നു വാങ്ങുവാ-
നരികിലെത്തുന്നു, വില്ക്കുവാൻ വിലപേശി
ചലന സൗരഭം സംഗീത സാന്ദ്രവും

പൈതൃക നിഷേധികളെ ഭർത്സിക്കുന്ന കവിതയാണ് പൈതൃകം. പാരമ്പര്യ നിഷേധികളായ പുതിയ തലമുറയുടെ വഴി ഇരുളടഞ്ഞതാണെന്ന് തിരിച്ചറിയാതെ മുന്നോട്ടു പോകുമ്പോൾ നഷ്ടപ്പെടുന്ന ഭൂതകാല പാരമ്പര്യങ്ങളെയോർത്ത് വേദനിക്കുന്ന ഒരു കവിയെ ഇവിടെ കാണാം. പൈതൃക മൂല്യങ്ങളെ ഒന്നാകെ തിരസ്കരിച്ചു പോകുന്നവർ നമ്മുടെ ഉണ്മയെ തിരിച്ചറിയുന്നില്ല. പാരമ്പര്യ മൂല്യങ്ങൾ വരും തലമുറയ്ക്ക് കൈമാറുക എന്ന കടമയെപ്പറ്റി കവി ഓർമ്മിപ്പിക്കുന്നു. പൈതൃകം സംരക്ഷിക്കുകയാണെങ്കിൽ നവോന്മേഷശാലികളുടെ ഒരു തലമുറ രൂപപ്പെട്ടു വരുമെന്ന് കവിപ്രത്യാശിക്കുന്നു. നമ്മുടെ പൈതൃക സമ്പാദ്യങ്ങളൊക്കെ ചിതൽ പിടിച്ചു കൊണ്ടിരിക്കുകയാണെന്ന് കവി

ആശങ്കപ്പെടുന്നു. പൈതൃകത്തെ ആശ്ലേഷിക്കുന്ന മറ്റൊരു കവിതയാണ് കർക്കടകം. കർക്കടക മാസത്തിലെ പ്രത്യേകതകളൊക്കെ മാനത്തും ഭൂമിയിലും നിരത്തി പഴയ നല്ല ആചാരങ്ങൾക്ക് തിരി തെളിക്കാത്ത പുതിയ തലമുറയെ പഴി പറഞ്ഞുമാണ് കവിത

നീങ്ങുന്നത്. ഇവിടെ ചിങ്ങമാസമെത്തി ഓണത്തെ പ്രതീക്ഷിച്ചു കഴിയുന്ന സന്തോഷവും പങ്കിടുന്നു.

യുഗയുഗാന്തരങ്ങളായി എല്ലാം കവർന്നെടുത്തിട്ടും മതിയാകാതെ അവസാനമായി അവശേഷിക്കുന്ന കരളുകൂടി അപഹരിക്കാനെത്തുന്ന ഛിദ്ര ശക്തിക്കെതിരെയുള്ള ഉണർത്തുപാട്ടാണ് ഈ കാവ്യ സമാഹാരത്തിലെ രാപ്പാട്ട് എന്ന കവിത. വിരൽ ദക്ഷിണ നൽകിയിട്ടും പതിതനെ നടയടച്ചു പുറത്താക്കിയിട്ടും ഹൃദയം പിളർന്ന് ചോരയൂറ്റി തിലകം ചാർത്തി മഥിച്ചിട്ടും മതിയാകാത്ത വരേണ്യവർഗ്ഗത്തിനെതിരെയുള്ള ആക്രോശമാണ് രാപ്പാട്ട് എന്ന കവിത. അധ:സ്ഥിതന്റെ വാക്കുകളോട് പ്രതിഷേധിക്കുവാൻ വേണ്ടി ഒടുവിൽ നാക്കു കൂടി പിഴുതെടുക്കാനുള്ള കുൽസിത ശ്രമത്തിനെതിരെയുള്ള ജാഗ്രത ഈ കവിതയിൽ അവതരിപ്പിക്കുന്നു.

"എത്രയോ പ്രാണൻ പിടഞ്ഞെരിഞ്ഞുള്ളൊരീ
ഗർത്തത്തിലൊക്കെയും ചോരക്കറുപ്പിന്റെ
ദുർഗന്ധ, മിഴിയും പുഴുക്കളും തേളിന്റെ
കുത്തിന്റെ നിർവൃതി പൂക്കുന്ന ഭംഗിയും"

ഇതുവരെ നൽകിയ നരക സമാനവസ്ഥകളോടുള്ള പ്രതിഷേധമാണ് ഈ വരികളിൽ പ്രകടമാകുന്നത്.

ക്ഷണഭംഗുര ജീവിതത്തിന്റെ കയറ്റിറക്കങ്ങളെപ്പറ്റി ചിന്തിക്കുന്ന കവിതയാണ് നൊസ്സ്. വളരെ ഗൗരവമായി കാണുന്നതൊക്കെ നിസ്സാരമായി വീണസ്തമിക്കുന്ന കാഴ്ച ജീവിതത്തിലുടനീളം കാണാമെന്ന് കവി വിശദീകരിക്കുന്നു. മരം ചുറ്റി മേഞ്ഞു നടന്ന പ്രണയത്തിന്റെ തകർച്ചയും ചോരത്തിളപ്പ് ജലത്തിളപ്പാകുന്നതും ഗൗരവം ശാന്തമാകുന്നതും ചൊടിയിൽ നിന്ന് തളർച്ചയിലേക്കുള്ള വളർച്ചയുമാണ് ജീവിതം എന്ന് ബോധ്യപ്പിക്കുന്നു.

'രാഗതാളങ്ങൾ മറന്നു ചുവടുക-
ളാടുന്നതെങ്ങോ, ദീപമൊരു ദിക്കിൽ
രാമ പാദങ്ങളടുക്കില്ല, ഹല്യയായ്
മോചനം മോക്ഷം കൊതിക്കുന്നഹന്ത'

പുരാണ കഥയുടെ പിൻബലത്താൽ മോക്ഷം കാംക്ഷിക്കുന്ന അഹന്തയെ പരിഹസിക്കുകയാണിവിടെ. തത്വചിന്തകൾ നിറഞ്ഞുനിൽക്കുന്ന ഭാരതേതിഹാസങ്ങൾ കവിക്ക് ബലം നൽകുന്നുവെന്ന് ഈ കവിത സാക്ഷ്യപ്പെടുത്തുന്നു.

നിറസന്ധ്യയലിയുന്ന നിന്നകകാമ്പിലെ
മധു ലഹരിയേറ്റവരിന്നെങ്ങുപോയി?

എന്ന ചോദ്യം, പുളച്ചുനടന്നൊടുങ്ങുന്നതിനു വേണ്ടി ശവക്കുഴി തോണ്ടുന്ന യൗവ്വനത്തോട് ചോദിക്കുന്നു.

പ്രകൃതി സ്നേഹിയായ ഒരു കവിയാണ് കാട്ടാക്കട എന്ന കടൽ, എന്റെ മണ്ണ് എന്നീ കവിതകൾ തെളിയിക്കുന്നു. ഭൂമിക്കു കിട്ടിയ വരദാനമായ കടലിന്റെ മഹത്വം ഉദ്ഘോഷിക്കുന്ന കവതിയാണ് കടൽ. കടലിന്റെ സൗന്ദര്യം ആവോളമാസ്വദിക്കുന്നവർ അതിന്റെ കരയുമായുള്ള ബന്ധം ചേരുമിടങ്ങളിലേക്ക് മാലിന്യം പകർന്ന് അതിന്റെ സൗന്ദര്യത്തെ കെടുത്തുന്നതിൽ പരിതപിക്കുന്ന കവിയെയാണ് ഇവിടെ കാണാൻ കഴിയുന്നത്. അതോടൊപ്പം കടലുപോലെ ഉന്നതമായ ഒന്നും ഈ ഭൂമുഖത്തില്ലെന്ന സത്യവും കവി വിളിച്ചുപറയുന്നു. കടലിൽ നിന്ന് കരയിലേക്കെത്തി മണ്ണു പങ്കിടുന്ന കവിതയാണ് എന്റെ മണ്ണ്. അപാര സൗന്ദര്യമുൾക്കൊണ്ട്, സമ്പന്നവും സുഗന്ധപൂരിതമായ ഉദ്യാനമായി മലകളും കാട്ടു ചോലകളും മലരണിക്കാടുകളും നിറഞ്ഞ ഭൂമിയെ അതി മനോഹരമായി ഈ കവിതയിൽ അവതരിപ്പിക്കുന്നു. പ്രകൃതിയുടെ ഭംഗിയെപ്പറ്റി എത്ര നിരത്തിയിട്ടും സംതൃപ്തനാകാത്ത കവിയ്ക്ക് ഇനി വർണിക്കാൻ വാക്കുകളില്ലെന്നും, മണ്ണിന്റെ ചാരുത ഏത് സ്വർഗ്ഗത്തേക്കാൾ വലുതാണെന്നും അവതരിപ്പിക്കുന്നു. എന്നാൽ മനുഷ്യൻ ഈ മണ്ണിലേക്ക് പ്രസരിപ്പിക്കുന്ന ദുസ്ഥിതികളെ കവി അക്കമിട്ടു നിരത്തുന്നു. മണ്ണിന്റെ നേരവകാശികളാകേണ്ട കീഴാള ജനത അനുഭവിച്ച സങ്കീർണമായ ദുരിത സഞ്ചയങ്ങൾ കവി വേദനയോടെ ഓർക്കുന്നു. വെന്തൊഴിഞ്ഞ മനസ്സുകളുടെ ശാപങ്ങൾക്കപ്പുറം അവയെ അതിജീവിച്ച് തീപാറുന്ന സമരമുഖങ്ങളും വർഗ്ഗ ബഹുജനപ്രസ്ഥാന മുന്നേറ്റങ്ങളും ചവിട്ടിമെതിയ്ക്കപ്പെട്ടവന്റെ ഉർത്തെഴുന്നേൽപ്പുണ്ടാവുന്നതും, ആ പുതിയ പൂക്കാലം ഭൂമിക്ക് ഹരിതചാമരം വീശുന്നതും കോൾമയിർകൊണ്ട് വായിച്ചു പോകേണ്ട വരികളാണ്. ഹ്രദിഹസ്തനായ ഒരു കവിയുടെ മികവ് എന്റെ മണ്ണ് എന്ന കവിതയിലുടനീളം കാണാം.

'വെന്തൊഴിഞ്ഞ മനസ്സുകൾ ശാപങ്ങൾ
സങ്കടത്തേരു പാഞ്ഞൊരാ ചാലുകൾ
നൊന്തൊഴിഞ്ഞ വികാരത്തുടിപ്പുകൾ
വർഗ്ഗ സമരങ്ങൾ ചാർത്തിയ സിന്ദൂര
രക്ത ഹാരങ്ങൾ നേടിയ നേട്ടങ്ങൾ
അക്ഷരം തൊട്ടു കൂട്ടി പഠിപ്പിച്ച
വിപ്ലവാവേശ സമര സന്ദേശങ്ങൾ'

ഒക്കെ നിറഞ്ഞ മനോഹരമായ വീര്യമുള്ള ഒരു കവിതയാണ് എന്റെ മണ്ണ്.

ലോകതത്വങ്ങളെ സംവാഹനം ചെയ്യുന്ന ചില കവിതകളും ഈ സമാഹാരത്തിലുണ്ട്. അവയിലൊന്നാണ് കരുതൽ. ഇന്ന് കരുതലുണ്ടായില്ലെങ്കിൽ നാളെ കരയേണ്ടി വരുമെന്നും, പുറം പൂച്ചിനർത്ഥമില്ലെന്നുമുള്ള തത്വപ്രകാശികയാണ് ഈ കവിത.

ആകാശക്കാഴ്ചകളുടെ അനന്തസാധ്യതകളെ അനാവരണം ചെയ്യുന്ന ചില കവിതകൾ ഈ സമാഹാരത്തിലുണ്ട്. അവയിലൊന്നാണ് പന്തുകളി. ചന്ദ്രനും നക്ഷത്രങ്ങളും മാനത്തുകളിക്കുന്ന പന്തുകളിയിൽ കിഴക്ക് പടിഞ്ഞാറ്, തെക്ക് വടക്കോടുന്ന ചലനനിരകളുടെ കാഴ്ചകൾ നാടൻ പാട്ടിന്റെ താളത്തിലാണ് ഇവിടെ ആവിഷ്കരിക്കുന്നത്. ആ കളിക്ക് ആരവം പെയ്യാൻ കുഞ്ഞിളം കാറ്റും മേമ്പൊടി ചാർത്തുന്ന കവിത മോഹഭംഗത്തിലാണവസാനിക്കുന്നത്.

അതീവഹൃദ്യമായി പെയ്തിറങ്ങുന്ന നിലാവാണ് ചന്ദ്രിക എന്ന കവിത. അതിന്റെ ഓരോ വരികളിലും ഭംഗി ഇണങ്ങി നിൽക്കുന്നു. ഏതോ പ്രാക്തന സൗന്ദര്യധാമം കവിയുടെ ഉള്ളിൽ നിറഞ്ഞ് അനുഭൂതി വിശേഷമായ്, നിറമുള്ള ശീലുകളാൽ വാർന്നൊഴുകുന്ന ഈ കാഴ്ച മനോഹരമാണ്. അംഗലാവണ്യത്തിന്റെ മാസ്മരിക കാന്തി പണ്ടുള്ള കവികൾക്ക് സ്വന്തമായിരുന്നെങ്കിലും, ഇന്നിലേക്കെത്താതെ മിന്നിമറഞ്ഞു പോയതായി കരുതുമ്പോഴാണ്, ഇപ്പോഴും ചന്ദ്രികാ സുഗന്ധം മാഞ്ഞിട്ടില്ല എന്ന തിരിച്ചറിവ് ഈ കവിതയിലൂടെ നമുക്ക് ലഭിക്കുന്നത്. ആ സൗന്ദര്യം എന്താണെന്ന് പരിശോധിച്ചാൽ വർണനാതീതമാണ്. പ്രാചീന കാവ്യങ്ങളിൽ കാണാറുള്ള വർണ്ണനയുടെ ലാഞ്ചന ആദ്യ വരികളിൽ ആവിഷ്കരിച്ച ശേഷം തികച്ചും ഒരു നവീന കല്പനയുടെ സൗന്ദര്യം ഈ കവിതയിലേക്കു കടന്നുവരുന്നു. വായനക്കാരിൽ ചന്ദ്രിക പെയ്തു കൊണ്ടിരിക്കുകയും, ചടുലമായ മറ്റൊരു രചനാപഥത്തിലെത്തി നില്ക്കുകയും ചെയ്യുന്നതാണ് ഈ കവിത. പ്രതിപദത്തിൽ നിന്നു പൗർണ്ണമിയിലേക്കും, പൗർണ്ണമിയിൽ നിന്ന് അമാവാസിലേക്കും ചന്ദ്രൻ മാറുന്നതുപോലെ ഈ കവിതയും മാറിക്കൊണ്ടിരിക്കുന്നു. പ്രാചീന കവിതകളുടെ നിഴലിലൂടെ വളർന്നു മറ്റൊരു വെളിച്ചത്തിലേക്ക് കവിത മാറുന്നു. തുടക്കത്തിൽ കാണുന്ന ചന്ദ്രികയ്ക്കു വരുന്ന പരിണാമം ശ്രദ്ധിക്കുക.

'തിരിപോലെ കാവിലെ താലപ്പൊലിയുടെ
അഴകാർന്ന നിഴൽപോലെ
നീലിച്ച താമരയിതൾ പോലെ
ഇരുളിലെൻ കാതിൽ പതിക്കുന്ന മുത്തശ്ശി-
ക്കഥയിലെ മധു മധുര ശകലങ്ങൾ പോലെ

സിരകളിൽ ഇക്കിളി നെയ്യുന്ന രാവിലെ
കനവിന്റെ മർമ്മരം പോലെ
നിറഞ്ഞും നിലാവായ് തെളിഞ്ഞും
പുണർന്നും വലിഞ്ഞും മുറുകുന്ന
വള്ളി പോൽ ചന്ദ്രിക'

ചന്ദ്രിക ഇണ നഷ്പ്പെട്ട നോവുകൊണ്ടു വെന്തു നീറുന്ന ചന്ദ്രികയായി മാറുന്ന കാഴ്ചയാണ് പിന്നീട് കാണാൻ കഴിയുന്നത്. അതിനു ശേഷമുള്ള ചന്ദ്രികയുടെ അവസ്ഥ തികച്ചും ആധുനികമായ ബിംബകല്പനകളാൽ ആവിഷ്ക്കരിക്കുകയാണിവിടെ. ഒടുവിൽ,

ഉലയൂതിയൂതിപ്പഴുപ്പിച്ച
കാരിരുമ്പുളിപോലെ
നില വെച്ച പൊട്ടിത്തെറിക്കും
പടക്കങ്ങൾ പോലെ,
അങ്കത്തിലേറുന്ന വീറുപോലെ
കുതിയങ്കത്തിലെ കൊട്ടും ചതി പോലെ
കുരുതിയിൽ കൂത്താടിയാടുന്ന കാളിതൻ
കണ്ണിലെ തീ പോലെ, നാവിലെ രുചി പോലെ
കനൽ പോലെ
ഇര കണ്ട പുലിപോലെ
ചന്ദ്രിക പരിണമിയ്ക്കുന്നു.

അത് കാവ്യ സംവേദനത്തിലെ അനുക്രമമായ മാറ്റമാണ്. കാല്പനിക കവിതയിൽ നിന്നുള്ള ഓരോ ചുവടു മാറ്റവും ഇവിടെ ദർശിക്കാം.

കൊറോണ എന്ന മഹാമാരിയെ അതിജീവിച്ച കൊണ്ടിരിക്കുന്ന ജനതയ്ക്ക് ഒരു ഉണർത്തുപാട്ട് നൽകാനും സംഘഗാനം എന്ന കവിത യിലൂടെ കാട്ടാക്കട രാമചന്ദ്രൻ ശ്രമിച്ചിട്ടുണ്ട്.

രാമപുരത്ത് വാര്യർ അനശ്വരമാക്കിയ കുചേലൻ കാട്ടാക്കട രാമച ന്ദ്രന്റെ കവിതയിൽ പുനർജനിപ്പിക്കുന്നു. ദു:ഖദുരിതപൂർണ്ണമായ വർത്ത മാനകാലത്ത് ദരിദ്രനാരായണന്മാർ ഭജന പാർത്തിട്ടും നാരായണൻ കടാക്ഷിക്കുന്നില്ലല്ലോ എന്ന് കവി ആശങ്കപ്പെടുന്നു. കണ്ണന്റെ കടാക്ഷം കേവലം മിഥ്യയാണൊ എന്ന് സംശയിക്കുന്ന കവിയെയാണ് ഇവിടെ കാണാൻ കഴിയുന്നത്.

"മായകൊണ്ടെന്നെയുയർത്തിപ്പിടിച്ചെന്ന്
പാവമാ വാര്യർ കിനാവു കണ്ടുന്മാദ
ഭാവവും ഭക്തിയും കണ്ണു മൂടുമ്പൊഴും
ഇന്നും കുചേലനായ് തന്നെ ഞാൻ നില്ക്കുന്നു."

മഹാഭാരത്തിലെ അർജ്ജുനന്റെ ആത്മസംഘർഷങ്ങളെ വ്യത്യസ്ത രീതിയിൽ അവതരിപ്പിക്കുന്ന കവിതയാണ് അർജ്ജുനവിലാപം. നേരിടാൻ പോകുന്ന പ്രതിസന്ധികൾ തീഷ്ണമാണെന്നും, എല്ലാ എതിർപ്പുകളും തടയാൻ കറുത്തവന്റെ ബുദ്ധിയുടെ പിൻബലം മാത്രമേയുള്ളുവെന്നുമുള്ള ഓർമ്മപ്പെടുത്തൽ കൂടിയാണ് ഈ കവിത. ആൾബലം കൂടിയ ശത്രുസേനയെ നേരിടേണ്ട സന്ദർഭത്തിൽ സാരഥിയായ കൃഷ്ണന്റെ മഹാബുദ്ധി യുദ്ധം ജയിക്കാൻ പര്യാപ്തമാണെന്ന് അർജ്ജുനന് ബോധ്യമുണ്ട്. കൃഷ്ണവർണ്ണമുള്ളയാൾ മഹാബുദ്ധിശാലിയായിരിക്കുമെന്നും, ഒരു ബുദ്ധിശാലി കൂടെയുള്ളപ്പോൾ പരാജയം സംഭവിക്കുകയില്ലെന്നുമുള്ള ഓർമ്മപ്പെടുത്തൽ കവിതയിൽ ആവർത്തിച്ച് വരുന്നു. കറുപ്പിനോടുള്ള കവിയുടെ കമ്പം മുമ്പെഴുതിയ കറുത്ത കാക്കയിലും രേഖപ്പെടുത്തിയിട്ടുണ്ട്.

തേരാളി രക്ഷകനാവുകിൽ ജീവിതം
നീളാം, ചതിക്കുകിലന്ത്യവുമായിടാം

കൃഷ്ണ നിറമുള്ള കൃഷ്ണൻ തേരാളിയായതു കൊണ്ട് യുദ്ധം വിജയിക്കുമെന്നും അല്ലെങ്കിൽ ഈ ജീവിതം ബലിദാനം ആകട്ടെയെന്നുമുള്ള അർജ്ജുനവിഷാദം പെരുകുന്ന കവിതയാണ് അർജ്ജുനവിലാപം

കർമ്മകാണ്ഡങ്ങളുടെ പൊരുളന്വേഷിക്കുന്ന കവിതയാണ് കർമ്മകാണ്ഡം. അടച്ചിരിപ്പിന്റെ സുഖത്തിലേക്ക് വിരൽ ചൂണ്ടുന്നതോടൊപ്പം കർമ്മ വീഥിയിലെ കണക്കുകൂട്ടലുകളെപ്പറ്റിയും കവി ഓർമ്മപ്പെടുത്തുന്നു.

മനുഷ്യനന്മയെ മാറോടു ചേർക്കുകയും സൗന്ദര്യത്തെ ഉള്ളിലൂറുന്ന സങ്കൽപങ്ങൾക്കടിസ്ഥാനമായി രചനകളിൽ വിലയിരുത്തുകയും ചെയ്യുന്ന കവിതകളാണ് കാട്ടാക്കട രാമചന്ദ്രൻ എഴുതിയിട്ടുള്ളത്. അനുഭവങ്ങളിൽ തെളിയുന്ന കാഴ്ചകളും, അതിലൂടെ പ്രസരിക്കുന്ന തത്ത്വവിചാരങ്ങളും രാമചന്ദ്രൻ കവിതകളിൽ സന്നിവേശിപ്പിക്കുന്നു.

തേനൂറുന്ന ലാവണ്യത്തോടൊപ്പം ആത്മാന്വേഷണത്തിന്റെ ഭാവനാ വഴിയിൽ ചൈതന്യം നിറഞ്ഞ രാമചന്ദ്രവിലാസമാണ് 'അകംപോരുളി'ലുള്ളത്. വിചാരാംശത്തിന്റെ ഉത്തുംഗതകളിൽ വർണ്ണരേണുക്കളായി നിറഞ്ഞു നിൽക്കുന്നു ഇതിലെ കവിതകൾ. വർത്തമാന കാലത്തിലെ കലുഷിതമായ അന്തരീക്ഷത്തോടു കലഹിക്കുകയും, നന്മകളെ തിരിച്ചറിയുകയും ചെയ്യുന്ന കവന സഞ്ചാരത്തിൽ, കയ്പും മധുരവും അനുഭവിച്ച എന്നതിന്റെ നേർസാക്ഷ്യങ്ങളാണ് ഇവിടെ അവതരിപ്പിക്കുന്ന കവിതകൾ. ഭാഷാശുദ്ധികൊണ്ടും, താളലയ സമ്മേളനം കൊണ്ടും മികവിന്റെ പര്യായങ്ങളായി മാറുന്നവയാണ് അവയെല്ലാം. ആധുനികാനന്തര കവിതകളുടെ രൂപപരവും ഭാവപരവുമായ

ആവിഷ്കാരരീതികളെ അനുകരിക്കാതെ വർഗ്ഗ ബഹുജന പ്രസ്ഥാനങ്ങളുടെ വക്താവായി ശോഭിക്കാനാണ് ഈ കവിയ്ക്ക് താല്പര്യം. ശാന്തസുരഭിലമായ വാക്കുകൾക്കു മാത്രമേ രാമചന്ദ്രന്റെ കാവ്യലോകത്തു പ്രവേശനമുള്ളു. ഋതുശോഭയുടെ നിഴൽപറ്റി, വൈകിയെത്തുന്ന വസന്തത്തിന്റെ ലാവണ്യമേന്തി, തിരയിളക്കത്തിന്റെ പ്രചണ്ഡതയോടു ചേർന്ന്, ഒഴുകിയെത്തുന്ന തെന്നലുപോലെ കാട്ടാക്കടയുടെ കവിതകൾ നിറഞ്ഞു നില്ക്കുന്നതു കാണാം.

ഈ അവതാരിക എഴുതുന്നതിനുമുൻപ് ഒരിക്കൽപ്പോലും ഞാൻ കാട്ടാക്കട രാമചന്ദ്രനെ കണ്ടിട്ടില്ല. വായനയിലൂടെയുള്ള സൗഹൃദവും അടുത്ത കാലത്ത് ഫെയ്സ് ബുക്ക് കൂട്ടായ്മയിലൂടെയുള്ള അടുപ്പവും മാത്രമേ ഞങ്ങൾക്കുണ്ടായിരുന്നുള്ളു. കവി മുമ്പ് പ്രസിദ്ധീകരിച്ച രണ്ട് കാവ്യങ്ങൾക്ക് പ്രൗഢമായ അവതാരിക എഴുതിയ ഡോക്ടർ കെ. മഹേശ്വരൻ നായരുടെ നിർദ്ദേശപ്രകാരമാണ് എന്നെ ഈ ദൗത്യം ഏൽപ്പിച്ചത്. അദ്ദേഹത്തിന്റെ കവിതകൾ മുമ്പേതന്നെ വായിച്ചിട്ടുള്ള എനിക്ക് ഈ ഉദ്യമം ഏറ്റെടുക്കാനുള്ള താല്പര്യം സന്തോഷം നൽകി. തികഞ്ഞ ഒരു കവിയുടെ കവിതകളെ സമീപിക്കാനും അവതരിപ്പിക്കാനുള്ള നല്ല അവസരമായി ഞാനതിനെകണ്ടു. ഇപ്പോൾ ഇവിടെ വളരെ ആനന്ദത്തോടെ സഹൃദയ വിചാരണയ്ക്കായി ഈ കവിതകൾ സമർപ്പിക്കുന്നു.

പ്രൊഫ: തോമസ് താമരശ്ശേരി

കൊല്ലം

29-12-2020

ഗണിതം

ഒന്നായ നിന്നെ ഞാനെത്രയെന്നെണ്ണണം
ഒന്നിനും കൊള്ളാത്തതെന്നെണ്ണി മാറ്റട്ടെ...
ഒരു മലർ വാടി നിൻ മുന്നിലുണ്ടതിൽ നിന്നു-
മൊരു പൂവിറുക്കുവാൻ വയ്യാതെ നില്ക്കുന്നു...

ചാരത്തു ദൂരത്തു പായും മിഴികളി-
ലാളിപ്പടരും ഭയാഗ്നി ഞാൻ കാണുന്നു
നീ തന്നെ കത്തിയൊടുങ്ങുമാത്തീയിന്റെ
നേർ വഴി സത്യം പുലരുന്നതല്ലയോ
മുണ്ടിന്റെ കോന്തലച്ചുറ്റിന്റെയുള്ളിലെ
ബന്ധങ്ങൾ മാത്രമേ കാണുവാനുള്ളത്
നിന്റെ ജന്മത്തിന്റെ ഗണിതദോഷം കണ്ടു-
പണ്ടേ കുറിച്ചതിൻ പൊരുൾ നീയറിയുക...

രേഖകളൊക്കെ തലങ്ങും വിലങ്ങനെ
കോടാനു കോടികളായിപ്പിരിഞ്ഞുള്ള
പാപദോഷം കത്തി നില്ക്കുന്നു, ഗണകന്റെ
ജാതകം ഗണിതത്തിലൊക്കാതെ വന്നതോ...?

ഉച്ചി കണ്ടപ്പോഴേ ചത്തു മലച്ചൊരു
സൃഷ്ടാവു ദോഷൈകദൃക്കായിരുന്നില്ല

ശുദ്ധമനസ്സും ചുമന്നു നിനക്കുള്ള
വിത്തിട്ട സമയം കുറിക്കാൻ മറന്നുവോ...?

നീ വെളിച്ചം കണ്ടു വീഴുന്ന നേരത്തു
ഭൂമിയിലുറവകൾ വറ്റുമെന്നുള്ളതും,
മാനത്തു മുട്ടിയുരുമ്മുന്ന കുന്നുക-
ളാകെയഴിഞ്ഞങ്ങു സമതലം തീർന്നതും,
വിത്തിട്ടു പൊന്തിയ വിളകൾ കരിഞ്ഞതും,
പച്ചപ്പറവകൾ ചിറകറ്റു വീണതും,
കെട്ടി നില്ക്കുന്ന സമുദ്രജലം തിള
ച്ചുത്തിലാകാശമാർഗ്ഗേണ പോയതും,
പൂവല്ല പൂന്തോട്ടമല്ലൊരു പൂക്കാല-
മാകെക്കരിഞ്ഞതിൻ ചാരം പറന്നതും,
ഗർഭം ധരിച്ച കാർമേഘങ്ങളൊക്കെയും
കൊട്ടിത്തിമർത്തങ്ങു പെയ്യാതെ പോയതും,
പൂക്കാതെ കായ്ക്കാതെ വൃക്ഷങ്ങളൊക്കെയും
കാശിക്കു പോയപോൽ കാണാതെ വന്നതും,
വറുതിയും കെടുതിയും മുടിയഴിച്ചാടിയ
കലിയനിറങ്ങാത്ത കാലത്തു കർക്കട-
പ്പെരുമഴ പോലുമറയ്ക്കുന്നു പെയ്യുവാൻ...

ഇത്രമേൽ ദോഷം പതിയിരിക്കുന്നത്
മൃത്യുവും കാണാതെ വഴിമാറി നീങ്ങുന്നു...!
ഗണകന്റെ നാരായ മുനയിൽ തെളിയാത്ത
ഗണിതങ്ങളിങ്ങനെ പാഴായി മാറുന്നു...!
●

വിത

ഉഴുതു മറിച്ചു കിടപ്പൂ വാനം
ഒരു പിടി വിത്ത് വിതയ്ക്കുവതാരോ
നല്ല കൃഷിക്കാരാരാനുണ്ടേൽ
വന്നു വിതയ്ക്കുക കൊയ്തു മുടിക്കാം...

ഇത്രയുമിളകിയ മണ്ണില്ലെങ്ങും
മുച്ചൂടും വളമേറിയിരിപ്പൂ
ഒക്കെ നിരന്നവയതിനാൽ വെള്ളം
കുത്തിയൊലിക്കാനിടമില്ലൊട്ടും...

ഇല്ല വരമ്പുകൾ മാടിക്കൂട്ടാൻ
വന്നയൽ പക്കക്കാരനുമില്ല,
തർക്കം മൂത്തും തമ്മിലടിച്ചും
വെട്ടിയഴിക്കാനവിടില്ലാരും...

കാവലിരിക്കാനമ്പിളി മാമൻ
കാലേക്കൂട്ടിയൊരുങ്ങിയിരിപ്പൂ...

രാത്രിയുറക്കം മൂപ്പർക്കില്ല,
മോഷണകലയും പതിവില്ലവിടെ...

മണ്ണിൽ പണിവതു നിർത്തീ മാനവ-
നുള്ളിൽ പണിവതു പാരകളല്ലോ!
പാര പണിഞ്ഞും ചേരിതിരിഞ്ഞും
പാരാവാരപ്പെരുമ പുലർത്തും...

അന്യഗ്രഹങ്ങളിലാവാം നേട്ടം
മണ്ണിതു മതിയാവില്ലെന്നായി
മണ്ണും പെണ്ണും കാരണമായി
മന്നവ നേവം ദുഃഖിതനായി...!

ചിന്തകളിങ്ങനെ വാനത്തോളം
നിന്നു മിരുന്നും ചേക്കേറുമ്പോൾ
തിങ്കൾ കലയുടെ ചരിവിൽ വിരിയും
ചന്തം നോക്കി പുലരുന്നോരും
കെട്ട വിചാരം പൂത്തു തളിർക്കും
മർത്ത്യമനസ്സിൻ, വിളവുകളെല്ലാം
മുഞ്ഞപിടിച്ചു നശിക്കുന്നങ്ങനെ
മുഞ്ഞിയിലെഴുതിയ കഥകള നേകം...!

വയ്യാവേലിക്കെട്ടിന്നുള്ളിൽ
വന്നു നിറഞ്ഞ വിപത്തുകളൊക്കെ
എണ്ണം നോക്കിയിരുന്നാലെങ്ങനെ
തിണ്ണകൾ തോറും കേറിയിറങ്ങി...

ഉഴുതുമറിക്കാനാവുന്നില്ല,
വിതയും വിത്തുമതൊക്കുന്നില്ല
വീണേടത്തു കിടന്നു പതുക്കെ
കാലുകൾ രണ്ടും മേല്പോട്ടാക്കുക...!

●

കടുക്

പൊട്ടിയൊടുങ്ങും തിളയ്ക്കുന്നയെണ്ണയി-
ലിട്ട കടുകുകൾ പിന്നൊട്ടു കാണില്ല
പൊട്ടുന്ന നേരം വരേയ്ക്കും കടുകുക-
ളൊറ്റയ്ക്ക് കടുകായി നില്ക്കും, വിളങ്ങും...

ചട്ടി കണ്ടാലും ഭയക്കില്ല, യുള്ളിലെ
കത്തുന്നയെണ്ണ തിരിച്ചറിയില്ലതിൻ
ശുദ്ധിയും കണ്ടാലറിയില്ല, നാസിക-
യത്രയ്ക്ക് കൊള്ളില്ല, പണ്ടേ തകർന്നതും...

കെട്ട ഗന്ധം കണ്ടു ശീലിച്ചു പോയതി-
ന്നപ്പുറമുള്ളതിൻ സ്വാദുമറിയില്ല...
വിറ്റു തുലച്ചതാണിന്നത്തെ ബുദ്ധിക-
ളൊക്കെയും വാങ്ങിയോർ നന്നായ് പുലരുന്നു...

കെട്ടിയ വേഷം കുരയ്ക്കുവാനുള്ളത്
കിട്ടിയതോ മഹാഭാഗ്യമെന്നോർക്കണം...
കല്പിച്ചരുളുന്ന പോലെ നന്നായിട്ടു
ഗർജ്ജിച്ചു തന്നെ കുരയ്ക്കണം നിത്യവും...

ആട്ടുവാനാവാത്ത വാലുണ്ടതിൻ ഗുണ-
മാർക്കെന്നു ചൊല്ലേണ്ട കാര്യമില്ലിപ്പൊഴും...

പൊട്ടിയൊടുങ്ങേണ്ട ജന്മം കടുകിന്റെ
ശിഷ്ടകാലം കഥയ്ക്കപ്പുറമല്ലയോ...
പൊട്ടുവോളം തന്റെ രൂപം ഭയങ്കര-
മൊറ്റയ്ക്കു നേരിടുമാരെയും നിശ്ചയം...!

കടുകു ജന്മങ്ങൾ കുരയ്ക്കുന്നു ചൂടെണ്ണ-
യരികിലുണ്ടെന്നതങ്ങോർക്കാതെ നിത്യവും
കടുകിന്റെ ജന്മങ്ങൾ പൊട്ടിത്തെറിയ്ക്കുവാ-
നതിനു മങ്ങേപ്പുറം മറ്റെന്തു നേടുവാൻ

പാഴ്ജന്മ മിതുപോലെയൊട്ടേറെയുണ്ടത്
ഭൂമിക്കു ഭാരമായ്, മർത്ത്യന്നു ശത്രുവായ്
പാഴിന്റെ സ്ഥാനമങ്ങെവിടെയെന്നോർക്കാതെ,
പാടിയു, മാടിയും കാലം കഴിക്കുന്നു.

●

സദ്യ

സദ്യ കൊള്ളാം സഖേ, നീയെന്നെയൂട്ടുവാ-
നിക്കണ്ടതൊക്കെ ഒരുക്കി മുഷിഞ്ഞുവോ...
ഏതു ജന്മത്തിന്റെ തീരാക്കടങ്ങളാ-
ണീ വിധമെന്നിൽ പ്രസാദിച്ചു നില്ക്കുവാൻ?

യാത്രയ്ക്കിടവേള കണ്ടതേയുള്ളത്
ഗാത്രം പകുക്കുവാൻ പോരുന്ന ബന്ധമായ്
മാറ്റിയെടുത്തതിൻ ജൈവിക ശാസ്ത്രമോ-?
സാക്ഷാത്കരിക്കുന്ന മോഹഭോഗങ്ങളോ?

പിന്നിട്ട കാതങ്ങൾ, ചിന്തയും പുകയുന്ന
വന്യ മോഹങ്ങൾക്കിരിക്കാനിടം നല്കി
നിന്നു, കുളിച്ചീറനായിട്ടു മുടിയിഴ
പിന്നിയും ചൂടിയോ തുളസ്സിക്കതിരുകൾ...

അതിഥി ഞാ, നെന്നെപ്പുണരുവാനായി നീ
ഒരു പാടൊരുങ്ങി, കസവണിപ്പുടവക-
ളണിയാൻ മറന്നില്ല, കുങ്കുമപ്പൊട്ടിന്റെ-
മൃദുലത സീമന്ത രേഖയിൽ കണ്ടില്ല...
അറിയാമെനി; ക്കതിന്നവകാശിയാണു നീ-
യണിയാതെ വന്നതെൻ സംതൃപ്തി നോക്കിയോ...

അശ്രദ്ധയോടെയാണന്നു ഞാൻ നിൻ മുന്നി-
ലൊക്കെയുമുള്ളിൽ കുറിച്ചതാണെങ്കിലും...
ഏത്ര മേൽ ലാസ്യം നടിച്ചു ശൃംഗാരാദി
മുദ്രകളെന്നെയിളക്കാൻ തുടങ്ങുന്നു...

എങ്ങോ വിശപ്പിന്റെ കാഹളം; ജീവിത-
മെന്ന മരീചിക താണ്ടുവാൻ രാപ്പകൽ
കണ്ണീരണിഞ്ഞും വിയർത്തൊട്ടി,യേകനായ്
നിന്നെയോർക്കുന്നൊരാ രൂപ
മോർക്കുന്നു ഞാൻ...!
ഒന്നിളവേല്ക്കുവാനാവാതെ ദൂരങ്ങ-
ളെണ്ണി, മടുക്കുന്ന ചിന്തയ്ക്കു ചിതൽകേറി...
നല്ല നിശ്വാസങ്ങൾ പോലുമാവാതൊരാ-
ളെങ്ങനെ നിൻ മേനി ഗന്ധം മറന്നിടും...!
കത്തുന്ന യൗവ്വനം, കത്തും മണൽക്കാട്ടി-
ലൊക്കെക്കരിയുന്നു, വേർപാടു നീറുന്ന
ദു:ഖങ്ങൾ മാത്രം ഭുജിച്ചും തപിച്ചും
നക്ഷത്രമെണ്ണിയൊടുങ്ങുന്നൊരാളുണ്ട്...

ഇലയിട്ടു നീ, നിറ വിഭവങ്ങളൊട്ടേറെ
വിടരുന്ന പുഞ്ചിരിയ്ക്കൊപ്പം വിളമ്പുന്നു
മറ്റൊന്നു കൂടി നീ, പകരുന്നു, കത്തുന്ന
ശില്പം മനോഹരം കാമം തിളയ്ക്കുന്നു...
മുട്ടിയുരുമ്മി വലം കൈയ്യു നീട്ടി നീ...

ചുറ്റിപ്പിടിച്ചെന്നെയാനയിക്കുമ്പൊഴും,
ഹൃദ്യമാം ച്വരന്റെ സിരകളിലഗ്നിയായ്
കത്തിപ്പടരുന്നതറിയുന്നു വെങ്കിലും...
ഒട്ടുമേയുണ്ണുവാനാതെയുൾവിറ-
വട്ടം കറങ്ങിയെൻ മേനി തളർത്തവേ
കെട്ടുകൾ പൊട്ടിച്ചു മോചിതനാകുവാ-
നുൾപ്രേരണ വീണ്ടു മെന്നെയുണർത്തുന്നു...!

●

തുമ്പക്കുടം

തുമ്പക്കുടങ്ങളിലൂഞ്ഞാലു കെട്ടുവാൻ
തുമ്പിയും മക്കളും വന്നു ചേർന്നു
മുന്തിയ ചെമ്പകപ്പൂവിന്റെ നാരിനാൽ
ചന്തം തികഞ്ഞ കയറൊരുക്കി...

അത്തക്കളത്തിനു മോടിയേകുന്നിതാ
തെച്ചിയും ചേമന്തി ചെമ്പരത്തി
കാടായ കാടും തൊടികളും പൂവിട്ടു
മാവേലിയെത്തുന്ന പൂക്കളങ്ങൾ
ഏതു മുറ്റത്തും ചിരിയ്ക്കുന്നു മുക്കുറ്റി
ചൂടിയ മാതേവരോണമുണ്ണാൻ

നാക്കില നടുവിൽ വിഭവങ്ങളേറെയായ്
നാക്കിലോ വെള്ളം തുടിച്ചു തുള്ളി...
പുന്നെല്ലു ചോറിൻ മണമുണ്ടടുക്കളെ
തിങ്ങി നിറഞ്ഞു വിഭവങ്ങളങ്ങനെ

പന്തടിച്ചോടിക്കളിക്കുന്ന കുട്ടികൾ
ചന്തം തുടിക്കും തിരുവാതിരക്കളി
മങ്കമാർ കൈകൊട്ടിയാടുന്നു, തുമ്പികൾ
വന്നു നിരക്കുന്നു തുള്ളിയൊടുങ്ങുവാൻ

ഇന്നലെയോണ നിലാവിൻ തുടിപ്പുമായ്
വന്നു പെരുമ്പറ കൊട്ടിയ പാണനാർ
പാടിപ്പറഞ്ഞ കഥയും പൊരുളുകൾ
പാടുന്നു പിന്നെയും കുയിലുകൾ, തത്തകൾ

കായ്കറി, കാഴ്ച്ചക്കുലകളും കോപ്പുമായ്
ഓണം മുടിയ്ക്കുവാനെത്തും പണിയുവോർ
കോടിമുണ്ടോണപ്പുടവകൾ വാങ്ങിയും
ഓണാഭിവാദ്യങ്ങളർപ്പിച്ചു പോകുന്നു...

ചാരുകസേര നിറഞ്ഞിരുന്നങ്ങനെ
കാരണോരോണപ്പുടവകൾ നല്കുന്നു
നിരയായി നിന്നു പരമ്പരയൊട്ടുപേർ
തൊഴുതും തൊഴാതെയും കൈ നീട്ടി വാങ്ങുന്നു...

മുറ്റത്തു മാവേലി ഓലക്കുടയുമായ്
ച്ചുറ്റി നടക്കുന്നു ഓണപ്പെരുക്കങ്ങൾ
ഏങ്ങും പ്രജകളിലാഹ്ളാദമുണ്ടതിൽ
കണ്ണു നിറഞ്ഞു വോ മാവേലി മന്നന്
പോയാണ്ടു കണ്ടതിൻ മേലെയാണിക്കുറി
ഓണവും മേളവും കേമത്തിലങ്ങനെ
എന്നു മിതു പോലെയാവണം തിരുവോണ-
മുണ്ണുവാ, നൂട്ടുവാൻ സന്തോഷമേകണം...!
അല്ലായ്കിലോണത്തിനർത്ഥമുണ്ടാവില്ല
വല്ലായ്മ തോന്നു മെഴുന്നള്ളിയെത്തുവാൻ...
എന്റെ കാലം പോലെയാണിന്നു കേരളം
കണ്ടറിഞ്ഞോളുക പണ്ടത്തെരിപ്പുവരർ...!
●

വേഷം

ഇന്നിട്ട വേഷം കളിച്ചേയൊടുങ്ങുക
പിന്നെ കളിക്കുവാനാവാതെ വന്നിടും...!
കണ്ടിരിയ്ക്കുന്ന ജനങ്ങൾ മടുക്കുന്നു
പണ്ടു പോൽ താളവും മേളവുമൊക്കാതെ
വേദിയരണ്ട വെളിച്ചം, നിഴൽ വീണ
പോലെയരങ്ങിൽ നീയാടുന്ന വേഷവും
കീചക സാമ്യം ദുശ്ശാസന രൂപം
തീയിലും കത്താത്ത ചർമ്മം മഹത്തരം...!

ഒട്ടു പേർ കാണികളൊക്കെ വെറുക്കുന്നു
ദൃഷ്ടിയിൽ കോപം തളം കെട്ടിയാളുന്നു
ഒറ്റ വേഷം തന്നെ എത്രയോ കാലമായ്
കെട്ടിയാടുന്നു മടുക്കാത്ത നിൻ മന-
ക്കട്ടിയോ, മരവിച്ച ഭാവമോ നാട്ടുകാ-
രൊക്കെ വെറുത്തും ശപിച്ചും നടപ്പു...

നിന്നിൽ നിന്നൊന്നും പ്രതീക്ഷ വേണ്ടെന്നുള്ള
ജന്മസത്യം നേരറിഞ്ഞവർ പിന്നെയും
വന്നതു കളികണ്ടു നേരം കളയുവാ-
നല്ലെന്ന ബോധ്യം നിനക്കില്ല, യെങ്കിലും

വന്നവർ കണ്ടവർ കാണുന്ന നിൻ കളി-
ക്കിന്നവസാനം കുറിയ്ക്കുവാനാവുമോ...?

വ്യാസന്റെ നീരസം കാച്ചിക്കുറുക്കിയ
പാത്രങ്ങളിങ്ങനെ പലതുണ്ടു മുന്നിൽ
കണ്ടവർ, കേട്ടവരൊക്കെ വെറുക്കുന്നു
സങ്കടം കൊണ്ടേ ശപിച്ചും മുടിയുന്നു...
സോദര യുദ്ധം നടക്കുവാൻ ഹേതുവാം
ഭീകര രംഗങ്ങളോർക്കാതിരിക്കയോ...?
ചാഞ്ഞും ചരിഞ്ഞും ചതിക്കുഴി വെട്ടിയും
താന്താങ്ങൾ തന്നെയൊടുങ്ങിയോരക്കഥ
ഇന്നു മരങ്ങിൽ നീയാടിത്തിമർക്കുന്നു
ഖിന്നത യുദ്ധം വരുത്തും വിനകളെ
ഒന്നു മോർക്കുന്നില്ല, ഭിന്നിച്ച വാഴവാ-
നിന്നല്ലി വീണ്ടും തുടങ്ങുന്നു, നാശങ്ങൾ...

നേരിട്ടടുക്കും മഹാമാരി നീട്ടുന്ന
തീയിൽ കരിഞ്ഞു മെരിഞ്ഞു മൊടുങ്ങുവാൻ
ഇക്കണ്ട കോടികൾ കച്ച മുറുക്കുന്നു
നിർത്തുക നിൻ കളി, കാണികൾ കൈവിട്ടു...!
●

വേട്ടക്കാർ

കാണുന്ന പാറയിലൊക്കെയും തേയ്ക്കുന്നു
ആയുധ, മന്വകൾ, വാളുകൾ, കുന്തങ്ങൾ
വേട്ടയ്ക്കവർ കോപ്പുകൂട്ടുന്നു, നാളേറെ-
യോർത്താലൊരു ഹാസ്യ നാടകം പോലവെ...

ആർത്തി മുഴുത്തവരന്നന്നു കൊറ്റിന്നു
നാട്ടിലങ്ങെങ്ങും പരന്നു നടക്കുന്നു
പണ്ടു തറവാട്ടു സമ്പന്നമായിരു-
ന്നിന്നോക്ഷയിച്ചും, മുടിഞ്ഞു ചിതൽപ്പുറ്റ്
തിന്നും ജരാനരയേറ്റും തകർന്നതിൻ
ഖിന്നത ലേശവും തീണ്ടാതെ നില്ക്കയോ...

യുദ്ധം നയിച്ച തകർന്നതല്ലൊക്കെയും
സൃഷ്ടി വൈരുദ്ധ്യം വരുത്തിയ വൻ വിന...
വാരവും പാട്ടവുമുണ്ടായിരുന്നതിൻ
കാരണ മൂണിന്റെ സ്വാദൊട്ടറിഞ്ഞില്ല...

തിന്നും കുടിച്ചും തടിച്ചും മദിച്ചും
മണ്ണിനെയോർക്കാതെ മത്താടി നിന്നു...
ശത്രുവായ് പുത്രൻ ജനിക്കയാലൊക്കെയും
വൃത്തികേടായിട്ടൊടുങ്ങിയൊതുങ്ങി...

കിട്ടിയോർ കട്ടുമുടിച്ചും, വിലയൊത്തു
വിറ്റു തുലച്ചു മൊടുങ്ങിയ യാദവർ...
സ്വത്തുക്കളൊക്കെയു മന്യത്ര നഷ്ടമായ്
പട്ടിണിക്കാലം വിരുന്നു വന്നെത്തി...
ഹുങ്കിനും ഭള്ളിനും മാത്രം കുറവില്ല
കണ്ടാലറിയില്ല നന്മയും തിന്മയും...

പണ്ടു പഠിച്ച ദുശ്ശീലങ്ങളൊക്കെയു-
മന്ത്യഘട്ടത്തിൽ മനസ്സിൽ തികട്ടുന്നു...
എന്തുകണ്ടാലു മതങ്ങനെയെന്നുള്ള
ചിന്തകൾ ബുദ്ധിഭ്രമത്തിന്നു ഹേതുവായ്...

വേട്ടയ്ക്കുവർ കോപ്പുകൂട്ടുന്നു നാളേറെ-
യോർത്താലൊരു ഹാസ്യ നാടകം പോലവെ
അന്ധകാരത്തിൽ കിടന്നു നീന്തുന്നവർ
കണ്ടവ കാണാതെ കുന്തം വിഴുങ്ങുന്നു...

നായാട്ടു വേഷം ധരിച്ചവർ ചുറ്റിലും
നായാടി മുന്നേറി നീങ്ങുന്ന കാഴ്ചകൾ
മൃത്യുവെപ്പോലും നിഷേധിച്ചു ജീവിതം
വൃത്തികേടാക്കുന്ന സിദ്ധാന്ത വൈകൃതം
ഏതു കണ്ടാലുമിരയെന്ന രീതിയിൽ
ആയുധം നീട്ടുന്നു യുദ്ധം തുടങ്ങുവാൻ...
ആരുടെ നെഞ്ചിലും കൊള്ളാം മരണങ്ങ-
ളാരെയും പുൽകുമെന്നോർക്കാതിരിക്കയോ...?

ഈ വ്യാധി മാറ്റുവാനാവില്ലയൗഷധം-
ഓരോ മനസ്സിലും കത്തും പകയുടെ
നാളം പടർന്നു മെരിഞ്ഞു മൊടുങ്ങുവാ-
നാവുന്ന നേരമാ, യന്ത്യ മാ മല്ലലിൻ
വേവാണു കാണുന്നതിന്നീ പുലമ്പലിൽ
കാര്യമായൊന്നും തടയില്ല നാളെയോ...

മാറാത്ത വ്യാധി പഴുത്തും മണത്തും
നീറിയൊടുങ്ങുന്ന പാഴായ ജന്മങ്ങൾ...
എങ്കിലും നായാട്ടു വേഷമഴിക്കാതെ
സ്വന്തം മുഖം നോക്കിയസ്ത്രം തൊടുക്കുന്നു...!
●

കാളിദാസം

1. അകത്തുള്ളതാര്
പുറത്തുള്ളതാര്
നടുക്കുണ്ടു വാതിൽ
തുറക്കുന്നതാരോ...?
2. ഇന്ദ്രിയം കൊണ്ടേ-
യളക്കുന്ന ഭാഷ്യം
മിണ്ടുന്നതാരെന്ന
ചോദ്യം മുഴക്കം
3. കല്ലിനും കസ്തൂരി
ഗന്ധം മണക്കും
പുല്ലിലും പൂക്കൾ
ചിരിക്കുന്ന കാലം
4. മലതൊട്ടു മൗനം
ഉരുണ്ടു വന്നെത്തും
മലരിട്ടു പൂജിച്ച
കാലം മറന്നു
5. അകത്തുണ്ടഹന്ത
പുറത്തുണ്ടു വന്യം
ജ്വലിക്കുന്ന നാളം
തമസ്സിന്റെ ഭേദ്യം

6. കാടിന്റെ ഗന്ധം
കാട്ടുമൃഗ ശൗര്യം
വേട്ട മൃഗ ദൈന്യം
വേടന്റെ രൂപം

7. ഒരുവളൊരു റാണി
മുടി ചൂടി ഗർവ്വം
തടയിട്ടു കേറാൻ
മരം വെട്ടി കേമൻ...!

8. ഇരിയ്ക്കുന്ന കൊമ്പിൽ
കടയ്ക്കാണു വെട്ടും
തിരിച്ചുള്ള ബുദ്ധി
തരിച്ചും തെറിക്കും

9. ചതിക്കുണ്ടിലാണ്ടു
തമസ്സിന്റെ രൂപം
പുറത്തുള്ള ലോകം
മഹത്തെന്നറിഞ്ഞു...

10. രാജാധി ഗന്ധം
മൂക്കിൽ തുളഞ്ഞു
നാഭിപ്പെരുപ്പിൻ
നടനങ്ങൾ കണ്ടു.

11. റാണിക്കു മാല്യം
ചാർത്തിപ്പൊലിഞ്ഞു
നാറുന്ന പിൻകഥ
ചൊല്ലാതെ ചൊല്ലി...!

12. ചതിയേറ്റ റാണി
ചപലയായില്ല
അതിബുദ്ധി നേരിൻ
കാതങ്ങൾ താണ്ടി

13. കാടന്റെയുള്ളിൽ
ചന്തങ്ങൾ പൂത്തു
കാടത്ത മാറ്റാൻ
മാർഗ്ഗം തെളിഞ്ഞു...!

14. ശബ്ദം പിറക്കുന്ന
യാമം നിറഞ്ഞു
കട്ടക്കരുത്തിന്റെ
തീഷ്ണ ഭാവങ്ങൾ

15. അജ്ഞാനമേകുന്ന
സൈഥര്യ ധൈര്യം
മുട്ടാതെ നില്ക്കുന്ന
മോഹാഭിരാമം...

16. ഒരു ചോദ്യമായി
മറു ചോദ്യമായി
മറു വാക്കിലുത്തരം
കിട്ടാത്ത യാമം.

17. അകത്താരു ചൊല്ലാതെ
യാമം കൊഴിഞ്ഞു
പുറത്തുള്ളതറിയാൻ
നിലപാടു നല്ലൂ...

18. പുറത്തുണ്ടു കാളി
അകത്തുണ്ടു ദാസൻ
കുറിയ്ക്കുന്ന നാവിൽ
തിളയ്ക്കുന്ന വിദ്യ

19. ജ്വലിക്കുന്ന നാളം
ഉദിയ്ക്കുന്ന കിരണം
തുറക്കുന്ന ലോകം
അടയ്ക്കാത്ത വാതിൽ...!

20. ലോകമൊരു കുമ്പിൾ
ഭാവമൊരു തുണ്ടിൽ
മൂല കഥ മാഞ്ഞു
മൂവന്തി ചോന്നു...!

21. ഇതി കാളിദാസം
കവന മയ ലാസ്യം
ഇതളിട്ടു ലോകം
മലർ വാക പൂത്തു...!

●

നീലകണ്ഠം[1]

പാലാഴി പണ്ടേ കടഞ്ഞു കഴിഞ്ഞതി-
ന്നാധിയും വ്യാധിയു മിന്നുമൊഴിഞ്ഞില്ല
നീലകണ്ഠന്മാർ നിറഞ്ഞു കാണുന്നൊരീ
നാടിൻ ഗതിയെന്ത് ചിന്തക്ക തീ വില...

തെക്ക വടക്ക നടക്കുന്ന ചുമ്മാതെ
കിട്ടിയതൊക്കെയും കെട്ടിപ്പിടിക്കുവാൻ
മുട്ടിയുരുമ്മി, നിരങ്ങിയും, നീന്തിയു-
മുത്സവം പോലെയുണ്ടാഘോഷ വേളകൾ...

എത്ര പറഞ്ഞാലുമേശാതെ നാട്ടിലെ
കഷ്ടത കണ്ടും പഠിയ്ക്കാതെ വ്യാധികൾ
പൊട്ടി മുളച്ചു പടരുന്ന നാളു ക-
ളിപ്പൊഴും കൂസാതെ അറിയില്ലയെന്നപോൽ
തോന്ന്യാക്ഷരങ്ങൾ പൊലിപ്പിച്ചു കൂത്തുകൾ
തോന്നിയ മട്ടിൽ നിയമങ്ങളറിയാതെ
നീലകണ്ഠന്മാർ നിരങ്ങുന്നു, നാട്ടിലെ
വീഥികളൊക്കെയും കുത്തി മറിക്കുവാൻ...

---

1 കഴുത്തിൽ മാസ്കണിഞ്ഞവർ

പാലാഴി മഥനമാണുദ്ദേശമെങ്കിലും
പാഴായി മാറുന്ന മോഹങ്ങളൊക്കെയും...

പാലാഴി പണ്ടേ കടഞ്ഞു ദേവാസുര
ദേഹങ്ങൾ വേർപ്പിറ്റി, പിന്നെച്ചതിയുടെ
വേതാള നൃത്തങ്ങൾ, താണ്ഡവമെന്നിവ-
യാടിത്തിമിർത്ത കഥയിന്നുമോർക്കുക...

വ്യാജ ദുഃഖം, ചതി പേടിപ്പെടുത്തുന്നൊ-
രോർമ്മകൾ നാടിൻ ദുരന്തമായ് മാറിയ
കാലചക്രത്തിൽ പതിഞ്ഞന്തി മൂകത
പാരിന്റെ സ്പന്ദം നിലയ്ക്കുന്ന മട്ടിലായ്...

ഏതോ വിശുദ്ധ സ്വപ്നങ്ങളടയിരു-
ന്നാകെ വിരിഞ്ഞതോ ചാപിള്ള; കണ്ണില്ല
വായയോ കീറാതെ വാക്കുമർത്ഥങ്ങളും
വാനിൽ ലയിക്കുന്നരൂപി സ്വരൂപമായ്...

ധർമ്മം പൊലിഞ്ഞു നില്ക്കുന്നൊരീ നാട്ടിലെ
കർമ്മ ധീരർ കാത്തു പോരുന്ന സംഹിത
മാറ്റുവാനാവില്ല നിന്റെ പേക്കൂത്തുകൾ
കാറ്റിൽ ലയിച്ചങ്ങു സാക്ഷാത്ക്കരിച്ചിടും....!

കണ്ടു നീലങ്ങൾ തടുക്കില്ലയാപത്ത്
കണ്ടതും കൊണ്ടേയൊടുങ്ങും കൊറോണയിൽ
കണ്ടാലറിയാത്ത മട്ടിലെ യാത്രകൾ
ചെന്തീച്ചിതയിലേക്കെത്തുന്ന നാളുകൾ...!

●

എഴുത്തച്ഛൻ

അച്ഛനെഴുതുമ്പോളെഴുത്തച്ഛനാകും
അക്ഷരം വ്യത്യസ്തമെന്നു മാത്രം
സാക്ഷാലെഴുത്തച്ഛനെന്തെഴുതി-
വാക്കുകൾക്കപ്പുറം പൂത്തു നില്പൂ..!

ആദ്ധ്യ സംസ്കാരങ്ങൾ വേട്ടയാടി
പാട്ടിനെ തെല്ലുമുലച്ചതില്ല
അച്ഛന്റെ തത്തയതു കൊഞ്ചിപ്പറഞ്ഞോ-
രക്ഷരപ്പെയ്ത്തിന്നു തിരയിളക്കം...
പുറ്റിന്നകത്തു[1] നിന്നൂറിയൊലിച്ചൊരാ-
ബ്ധിക്കു മുമ്പേ നടന്നൊരച്ഛൻ
നാലു മാറും[2] കൊണ്ട് ആടിയോരമ്മാന-
ഗാഥകളിന്നും മഹാവൃക്ഷമായ്
ആദ്ധ്യത്വ മേറുന്ന മഞ്ചങ്ങളിൽപോലു-
മാറ്റുനോറ്റെണ്ണയൊഴിച്ചു കത്തിയ്ക്കുന്നു...

ചക്കു കറങ്ങിയ താളത്തിനപ്പുറം
കൊട്ടിയും പാടിയും പൂക്കുന്ന കാഞ്ഞിരം[3]

1 വാല്മീകി
2 വേദങ്ങളും, ശാസ്ത്രങ്ങളും
3 തുഞ്ചൻ പറമ്പിലെ കയ്പില്ലാത്ത കാഞ്ഞിരം

കയ്യാതെയിന്നും തഴച്ചു നില്ക്കുന്നതിൻ
സത്യവും ധർമ്മവുമാരു കണ്ടു...!

രാമനെ നേരിട്ടു കണ്ടപോലല്ലയോ
നേരായ ഭക്തിക്കു തിരിതെളിച്ചു...
രാമനിന്നാരെന്ന ചോദ്യത്തിനച്ഛന്റെ-
വായടയ്ക്കുന്നതാ മുത്തരം പൂക്കുന്നു...

തുഞ്ചൻ പറമ്പിന്റെ യോരങ്ങളിൽ നിന്നു-
മിന്നു കേൾക്കുന്നൊരാ ഗദ്ഗദം, തേങ്ങലും
പണ്ടത്തെയച്ഛൻ ഗണിച്ചിട്ടു കാണാത്ത-
തെന്തെന്ന ചോദ്യം പടർന്നു കത്തുന്നു...

രാമൻ പൊറുക്കുമോ? അച്ഛൻ പൊറുക്കുമോ
രാമായണത്തിന്റെയർത്ഥം പഠിയ്ക്കുമോ...!

●

മണം

ക്കുനപ്പുറത്താണിരിപ്പെന്ന തോന്നൽ
ആനയെക്കാളും മഹത്തെന്ന ബോധ്യം
പേടിപ്പെടുത്തുന്ന ഭാവത്തിലജ്ഞാത
രോമത്രസിപ്പിന്റെ ജാജ്വല്യ മാനം...

'അ'യെന്നു ചൊല്ലിയാലജ്ഞതയാവാം
അമ്മയെന്നെഴുതിയും പാടിപ്പകർത്താം
'അ' യിലും 'ക' യിലും കാണാത്ത മാനം
ആരും പറഞ്ഞു പഠിപ്പിക്ക വേണ്ട...

മസ്തകപ്പൊക്ക മലങ്കാരമാകുന്ന
സത്ക്കർമ്മ സായൂജ്യ സമ്മേളനങ്ങളിൽ
ഉച്ചപ്പെരുപ്പിന്റെ വീറിൻ നരപ്പിൽ
ഉൽക്കടാവേശം തളിർക്കട്ടെ പൂക്കട്ടെ...

പണ്ടു പറഞ്ഞു പഠിച്ച പദാവലി
പഞ്ചാക്ഷരി മന്ത്രമെന്ന കണക്കിനാ-
യിന്നും പുലമ്പിയൊടുങ്ങുന്ന ജൈവിക
കർമ്മങ്ങളൊട്ടു മിണങ്ങില്ല, വേഷങ്ങ-
ളിന്നു വേറാണെന്ന സത്യമറിയുവാ-
നെന്നിനി നിൻ ബുദ്ധി പൂവിട്ടു നിന്നിടും...?

വാല്യം കുഴല്യമായ് ചൊല്ലും പഴങ്കഥ-
യാരാനു മോർത്താലഹങ്കാരമാണെന്ന
ഭാവം പരത്തി നടന്നങ്ങു പോകുവാ-
നാവാത്ത ദൃശ്യം ജ്വലിക്കുന്നു മുന്നിൽ...

ഉന്തിയും തള്ളിയും നാൾപോക്കിയന്തരം
കണ്ടതും കേട്ടതും മാറ്റിയുരുട്ടിയും
നട്ടുച്ച പൂനിലാച്ചോലയിൽ നീരാടി
മന്ദസ്മിതാഹ്ലാദ മേളപ്പെരുപ്പിൽ
ഉന്നത ശീർഷഭാവത്തിൽ നിമിത്തങ്ങ-
ളെണ്ണിയും പാറ്റിയും മുന്നിൽ നടക്കുന്നു...
എൻ പോലെ വാഴുവോരാരുമില്ലൂരിലെ
ചന്തങ്ങളെന്നിൻ നിന്നൂറ്റിയെടുത്തവ..!

കല്ലിൽ നിന്നൂറ്റിയെടുക്കുന്ന കന്മദം
ഞങ്ങൾക്കറിയാം മണക്കുന്നതാണെന്ന്...!
ആരവം കാറ്റടിച്ചല്ലെന്ന യാഥാർത്ഥ്യ
ബോധങ്ങൾ നാളെയും നമ്മെ നയിക്കട്ടെ...
●

കർമ്മകാണ്ഡം

അടച്ചിരിപ്പിന്റെ ദുരന്ത ഭൂമിയിൽ
നനുത്ത കാറ്റിലും തപിച്ചു കേറുന്നു
തിമർത്തു പെയ്യുന്നുണ്ടിടവപ്പേമഴ
തടുക്കുവാൻ കുടയെടുത്തു വന്നില്ല
മഴക്കാറ്റുള്ളിലേയ്ക്കടിച്ചു കേറ്റുമ്പോൾ
വിയർത്തും തേങ്ങിയുമിരിക്കുന്നു നമ്മൾ...

വിടരും മുമ്പിതൾ കൊഴിഞ്ഞ പ്രേമത്തിൻ
നടുക്കം മാറാതെ മുറിവു നോവുകൾ
പഴുത്തു പുണ്ണായായാലൊടുക്ക മങ്ങനെ
കഥയ്ക്കുമപ്പുറം കദനം കത്തുന്നു

കുറിച്ച ബന്ധങ്ങൾ മുടങ്ങി കാമന
തടുത്തു നിർത്തുവാൻ പണിപ്പെടുന്നോരും
പകൽപ്പൂരം കണ്ടു മനം കുളിർക്കുവാ-
നെളുപ്പ മാവില്ലെന്നറിഞ്ഞൊടുങ്ങുന്നു...

അടച്ചിരിയ്ക്കുന്ന പരംപൊരുൾ നാലാ-
ളടുക്കുന്നില്ലെന്റെ പ്രഭയും മങ്ങുന്നോ?
വിളക്കുമില്ല കൂരിരുട്ടിൽ ഞാനെന്റെ
ചിരിച്ച പൂമുഖ മടച്ചു വയ്ക്കട്ടെ...

ഇറുത്ത പൂവുകൾ കരിഞ്ഞുണങ്ങുന്നു
കൊരുത്തതിൽ പാതി മുടങ്ങിക്കാണുന്നു
എനിക്കു ചാർത്തുവാൻ വിധിച്ചിട്ടില്ലെന്ന
ചരിത്ര സത്യം ഞാനറിഞ്ഞു തീരണം...

വിഷക്കാറ്റിൻ ഗന്ധം തടുക്കുവാൻ മൂക്കും
മുഖവുമപ്പാടെ മറച്ച രൂപങ്ങൾ
നടക്കുന്നുണ്ടതിൽ കുറച്ചു പേർ നാണം
നടിച്ചു നീങ്ങുന്നു; മറയ്ക്കാതൊട്ടുപേർ

ഭയക്കുന്നോരൊട്ടും ഭയക്കാത്തോരേറെ
ഭയം കുറച്ചാവാം നടന്നു കേറണ്ടേ...
വഴിക്കു നില്ക്കുവാൻ മടിയുള്ളൊട്ടുപേർ
വഴിച്ചിലവിന്റെ കനം ഭയക്കുന്നു...

ഉടുത്തു കെട്ടൊക്കെ തുരുമ്പെടുക്കുന്നു
കളിക്കോപ്പും പൊടിപിടിച്ചു മാറാല
വിളക്കിലെ ക്ലാവും തുടച്ചു മാറ്റിയ-
ങ്ങെനിക്കിനിയെന്നു കളിക്കാനായിടും...?
നടപാണ്ടിമേള മറഞ്ഞു കേറുമെ-
ന്നരുമച്ചെണ്ടകൾ തളർന്നുറങ്ങുന്നു
മുറുക്കിയൊക്കെയൊന്നെടുത്തു കൊട്ടുവാ-
നെനിയ്ക്കെന്നായിടും; മിടയ്ക്കു തേങ്ങുന്നു...

അണിഞ്ഞൊരുങ്ങി പൊൻ തിടമ്പേറ്റുന്ന വൻ
കരി വീരന്മാരും കിടന്നുറങ്ങുന്നു
ഇടയ്ക്കു കിട്ടുന്ന നരച്ച പട്ടകൾ
കഴിക്കാനാവില്ല, ഉരുളച്ചോറിന്റെ
മണം ചുരത്തുന്നു, പണിയില്ലാക്കാലം
പറഞ്ഞിട്ടെന്താവാം ഫലങ്ങളും നാസ്തി...
കളിച്ചു കേറുന്നോർ കളിക്കാർ, പാടങ്ങൾ
മുറിച്ചു കൊയ്യുന്നോർ, കിളച്ചു കേറുന്നോർ

പന, തെങ്ങു ചെത്തി മര നീരുണ്ടാക്കും
പണിയാളർ, വച്ച വഴിയിൽ വാണിഭം...
പഠിപ്പും പാടലും കലാവിരുന്ന ക-
ളൊട്ടുക്ക മില്ലാതെ മുടങ്ങിയൊക്കെയും...

എഴുത്തു കുത്തുകൾ മുടങ്ങി, പ്രേമത്തിൻ
മുഴുത്ത നോവുകൾ തടഞ്ഞു നീറ്റലിൻ
മരുന്ന തേടുവാൻ പുറത്തിറങ്ങുവാ-
നൊരുത്തനാവില്ല, യടച്ച കാരണം...

അടച്ച പൂട്ടലിൻ പുതിയ ശാസ്ത്രങ്ങൾ
പഠിക്കണം നാളെ വരും തലമുറ
കണക്കു ചോദിച്ചാൽ പറയാനാവണം
മടിച്ചിരിയ്ക്കൊലാ മനക്കണക്കിന്റെ
ഗണിത ശാസ്ത്രങ്ങളുരുവിട്ടൊക്കെയു-
മെടുത്തു വയ്ക്കുക, പുതിയ പാഠങ്ങൾ
നമുക്കും മക്കൾക്കും പഠിച്ച കേറുവാൻ
പരസ്പരം ചൊല്ലിയറിഞ്ഞു നില്ക്കുക

ഇതു ചരിത്രമായ് പുലരണം നാളെ
പുതുമകൾ കണ്ടു പുളകം പൂക്കണം
അടച്ചിരിപ്പിന്നു സുഖമു, ണ്ടന്യന്റെ
മുഖത്തു നോക്കാതെ കഴിച്ചു കൂട്ടിടാം..!
●

നന്മ

നന്മകൾ കത്തിച്ച് തീ കാഞ്ഞിരിയ്ക്കുന്നു
നമ്മളാം മലയാളിയിന്നത്തെ സദ്ഗതി...
മണ്ണിൻ മണവും മറന്നവനെന്തിനോ
ചുമ്മാതിരിക്കുന്നു നട്ടം നനയ്ക്കാതെ...

ഇന്നലെയിങ്ങനെയല്ലവനൊട്ടേറെ
കർമ്മങ്ങൾ ചെയ്തു പുലർന്നതാണെങ്കിലും
ഇന്നവയൊക്കെ മറന്നു പഴങ്കഥ-
പിന്നെ പഴങ്കഞ്ഞി സ്വാദും മറന്നു...

കപ്പയും ചക്കയും ചേനയും കാച്ചിലു-
മൊട്ടേറെ മണ്ണിൽ വിളഞ്ഞവ തിന്നുള്ള
ശക്തിയിന്നും പഴ മൂട്ടുകളിലുണ്ടതിൽ
ബുദ്ധിയുറയ്ക്കാത്ത നമ്മളെന്തോർക്കുവാൻ...?

നാടറിഞ്ഞും നാട്ടു വിഭവങ്ങളുണ്ടാക്കി
സ്വാദോടെയന്നം കഴിച്ചൊരാകാലം
ഉള്ളിൽ തികട്ടുന്നു നാവിൻ രുചികളോ
ഇന്നില്ലയാർക്കും മതു കിട്ടാക്കനികളായ്...

പാടം, തൊടികളിലൊക്കെ വിളഞ്ഞൊരാ
നാടൻ വിഭവങ്ങളുണ്ടു മുറങ്ങിയും
നാടിന്നു വേണ്ടി പണിതും പുലർത്തിയും
ജീവിച്ച നാളിന്നു മോർക്കുവാനാവാതെ...

പാഴായ ജന്മങ്ങളന്യന്റെ സ്വാദിന്റെ
പാഴ്ചളന്തണ്ടിന്നപശ്രുതിയാകുന്നു...

പിസ്തയും, ബർഗറും, നൂഡിൽസു മുട്ടിയും
മക്കളെ നന്നായ് വളർത്തുന്ന നമ്മളോ
ബുദ്ധി വളരുന്നതെങ്ങനെയെന്നുള്ള
സത്യങ്ങളോർക്കാതെ തടി നോക്കി നില്ക്കുന്നു...

മൊട്ടായിരിക്കയാണിന്നു മാക്കുട്ടിതൻ
ബുദ്ധി; ശരീരമോ വല്ലാതെ വളരുന്നു
ആകാര ഭംഗിയിലാനന്ദ ലബ്ധരായ്
നാരായ വേരിന്റെ കാര്യമോർക്കാതെയും
തന്റെ ബാല്യത്തിൻ കഥയും ചരിത്രവും
തന്റെ മക്കൾക്കന്യ വസ്തുവായ് മാറ്റുന്നു...

ഇന്നു ലഭിച്ച സൗഭാഗ്യങ്ങളൊക്കെയു-
മന്യഗ്രത്തിൽ നിന്നെത്തിയതെന്നുള്ള
വ്യാജ ചിത്രങ്ങൾ കഥയുമായ് മക്കളെ
വേറൊരു ലോകത്തിലെത്തിച്ചു നിർത്തുന്നു
ആഭിജാത്യങ്ങളും പൊങ്ങച്ച ഭാവവു-
മാരെയും നന്നായ് നടത്തില്ല മുന്നോട്ട്...

സത്യവും ധർമ്മവും മണ്ണിൻ മഹത്വവും
മക്കളോടോതുവാനാവാത്തരൊന്ധത...

പാതിയിരുട്ടിൽ കിടന്നു പുലയ്ക്കുന്ന
പാപങ്ങളായിട്ടു മാറുന്ന വസ്തുത

ഇന്നറിയില്ലവ, പിന്നെയറിഞ്ഞിടും
കണ്ണിലിരുട്ടിന്റെ താണ്ഡവം നിശ്ചയം...

കൈവിട്ടു പോകുന്ന നന്മകളൊക്കെയു-
മാരും തിരിച്ചെത്തി നല്കില്ല, നിശ്ചയം...!
പാഴായ ജന്മങ്ങളായിട്ടു മക്കൾ തൻ
വാഴ്‌വിന്റെ ശാസ്ത്രം പഠിപ്പിച്ചു പോകണം.

ഉണ്ണുവാനെങ്ങനെയുണ്ടാകുമെന്നതു-
മുണ്ണുന്നതെങ്ങനെയെന്നതു മൂട്ടണം...!
മണ്ണിൽ വിളയുന്ന വസ്തുക്കൾ വേവിച്ച്
നന്നായി മക്കളെ ഊട്ടി വളർത്തണം..!

പിന്നെ ദുരന്തങ്ങളുണ്ടായിടാതെ നാം
നമ്മളെ തന്നെയും പാഠങ്ങളാക്കണം...!

അർജ്ജുനവിലാപം

അച്യുതൻ മുന്നിലുണ്ടെന്നു കരുതി നീ-
അർജ്ജുനാ യുദ്ധം തുടങ്ങേണ്ട, ചിന്തിക്ക
കൃഷ്ണ വർണ്ണം നോക്ക കാർനിറമാണതിൻ
ബുദ്ധിയുമങ്ങനെയാവാമറിയുക..!

മുന്നിൽ നിരക്കുന്ന ശത്രുസൈന്യത്തിന്റെ
കണ്ണിൽ മുഖങ്ങളിൽ സൂക്ഷിച്ചു നോക്കുക
നിൻ മുഖംപോലങ്ങു കാണുമതുകളെ
കൊന്നാലൊടുങ്ങുമോ കത്തുന്നൊരാപ്പക...
ചോരയ്ക്കു ചോര അറിയുവാനാവണം
ചോദിച്ചുവാങ്ങുണ്ടയിക്കൊട്ടും പാപങ്ങൾ..

മൃത്യുപറക്കുന്ന കാറ്റായ് കഴുകായി
ചുറ്റിലും നീയൊന്നു കണ്ണയച്ചീടുക
എത്തുമതുനിന്റെ മുന്നിലും കണ്ണിലു-
മത്ഭുതം കുറാതെയിത്തിരി ചിന്തിയ്ക്കു...

തേരാളി പോരാളിയാവില്ല, നീ തന്നെ
നേരിട്ടു യുദ്ധം നടത്തിയൊടുങ്ങണം
ഭ്രാതാക്കളപ്പുറം ഭ്രാന്തു പിടിച്ചവർ
പാരിന്നു ഭാരമായ് ശാപമായ് മാറിയോർ...

കാലാള്, മാനയും കണ്ടോ നിനക്കത്
ഭേദിച്ച കേറുവാനാവുമോ ഒറ്റയ്ക്ക്
മൃത്യു ജയിക്കാൻ കഴിയുന്ന ഭീഷ്മരും
നില്ക്കുന്ന മുന്നിൽ നീ, ആയുധം കാണുക...
അഞ്ചു പേർ നിങ്ങൾ അവരെത്ര നൂറുപേ-
രഞ്ചിലും വലുതേത് ചിന്തിച്ചറിയുക
തേരാളിമാത്രം നിനക്കു, മാ സൈന്യങ്ങ-
ളാകെയവർക്കു കൊട്ടുത്തതിൻ തത്വങ്ങ-
ളേതു ശാസ്ത്രത്തിനാൽ ബന്ധിച്ച നോക്കിലും
പോരായ്മയാണെന്നു തോന്നുന്നു ഫൽഗുനാ...
കൃഷ്ണ വർണ്ണം നോക്ക കാർ നിറമാണതിൻ
ബുദ്ധിയുമങ്ങനെയാണെന്നറിയുക..!

കത്തുന്ന രോഷാഗ്നി ദുര്യോധനാദിക-
ളൊക്കെയുമാഹ്ളാദ പൂരിതരാണതിൽ
സൃഷ്ടി വൈരുദ്ധ്യം നിഴലിച്ച കാണുന്ന-
തിപ്പൊഴും നീയെന്തറിയാത്തു ഫൽഗുനാ...

ബുദ്ധിമോശം നിന്റെ കൂട്ടരിൽ കണ്ടതും
ശത്രു ഭാവത്തിന്നു കാരണം പെണ്ണെന്ന
സത്യമിതേവരെയോർക്കാതെ വാലിന്റെ
അഗ്രവും കത്തിച്ച ചാടിപ്പുറപ്പെട്ടു...!

പെട്ട ദുരന്തങ്ങൾ തേടിയെടുത്തതാ-
ണൊക്കെയുമിങ്ങനെ വന്നു ഭവിച്ചതും
മുൻ വിചാരത്തിന്റെ പോരായ്മയുള്ളിലെ
ചിന്തകൾ ശിഥിലമായ് മാറിക്കഴിഞ്ഞതും
വാമവും ദക്ഷിണ പക്ഷത്തു നില്ക്കേണ്ട
സോദരരപ്പുറം പോർവിളിക്കുട്ടുന്നു
നാളെ തൊടുക്കുന്നൊരസ്ത്രങ്ങളൊക്കെയു-
മാരിൽ തറയ്ക്കുമെന്നോർമ്മിക്ക ഫൽഗുനാ...

അച്യുതൻ തേരാളിയാണെന്നു കരുതി നീ
അർജ്ജുനാ യുദ്ധം തുടങ്ങേണ്ട ചിന്തിയ്ക്കു
മൃത്യുപറക്കുന്ന കാറ്റായ് കഴുകായി
എത്തുമത്തു നിന്റെ മുന്നിലും ഫൽഗുനാ...

തന്ത്രങ്ങളുണ്ടതു നിന്നിലൊതുങ്ങില്ല
സങ്കടം കൊണ്ടേ തപിക്കാതിരിക്കുക
യുദ്ധം ചെറുതല്ല, ശത്രുവുമങ്ങനെ
ചുറ്റിപ്പിടിച്ചു കുഴങ്ങേണ്ട ഫൽഗുന...
ചൂതാടിയേറ്റൊരാതോൽവിയും പെണ്ണിന്റെ
നീർ മിഴി കത്തിപ്പടർന്നതും ശാപവും
തോരാതൊഴുകിയ കണ്ണുനീർച്ചാലിന്റെ
ചാരത്തൊഴുക്കിൽ കുടുങ്ങിയ ജന്മങ്ങൾ...
യുദ്ധത്തിലേക്കു ചെന്നെത്തുമെന്നുള്ളതു-
മൊട്ടുമേയോർക്കാതെ ജീവിച്ച കാലവും
കല്പിച്ചു തള്ളിയാലെന്തുണ്ടു നേട്ടങ്ങ-
ളെന്തിനും മീതെ വിപത്തിന്റെ തീക്കളി
കണ്ടറിഞ്ഞില്ലതിൻ വ്യാപ്തി നടുങ്ങുന്ന
സിന്ദൂരമലിയുന്ന സന്ധ്യയും മങ്ങുന്നു...
'വില്ലാളി വീരനാണെങ്കിലുമുള്ളിലെ
ചിന്തകൾ ശിഥിലങ്ങളാകുന്ന വേളയിൽ
ഇക്കർമ്മമെന്നിലേക്കെത്തുവാൻ കാരണ-
മിപ്പൊഴും പക്ഷങ്ങൾ രണ്ടായി നില്ക്കുന്നു...

മാർജ്ജാര മാർഗ്ഗം പഠിച്ചില്ല, വിദ്യക-
ളോർത്തിട്ടു കൗശലം കാണാനുമായില്ല
ബന്ധുക്കൾ ശത്രുക്കളാകുന്ന വൈകൃതം
കണ്ടറിഞ്ഞോതാതെ ചങ്ങാതി നിന്നതും
കണ്ണിറുക്കത്തിന്റെ സാരം പരം പൊരു-
ളൊന്നാകെ മങ്ങുന്ന കാഴ്ചയായ് മാറുന്നു...
കാച്ചിക്കുറുക്കിയ സത്യധർമ്മങ്ങളാൽ
കാത്തു സംരക്ഷിച്ച സംഹിതയൊക്കെയും

ഇന്നീരണാങ്കണ ഹോമകുണ്ഡങ്ങളിൽ
നിന്ന നിലയിൽ ഞാനില്ലാതെയാകുമോ...
വേണ്ടായിരുന്നെന്ന ചിന്ത കനക്കുന്നു
വേണ്ടെന്നു ചൊല്ലുവാനാരെയും കണ്ടില്ല...

അച്യുതൻ തേരാളിമാത്രമോ? സൗഹൃദം
രക്ഷക രൂപത്തിലെത്തുമോ? പോരാടി
നില്ക്കാൻ കരുത്തേകി മുന്നിലുണ്ടെന്നതു
മിഥ്യയോ സത്യമോ സ്ഥലകാല വിഭ്രമം...!
കൃഷ്ണവർണ്ണം രണ്ടു രൂപത്തിലുണ്ടെന്ന
സത്യം തിരിച്ചറിഞ്ഞെങ്ങനെ നേരിടും...!
ഏഴഴകുണ്ടോ കറുപ്പിന്നു, സാധ്യത-
തീരെയില്ലെന്നു പറയാനുമാവില്ല...

രണ്ടു സാരങ്ങളും മേളിച്ച ജീവിതം
കൊണ്ടേ മടങ്ങുകെന്നാരറിയുന്നിഹ...!
ഓർത്താലിതെങ്ങെങ്ങുമെത്താത്ത രീതിയി-
ലാർത്തി മുഴക്കുന്നതറിയാതെ നില്ക്കണം
കാളിയ ഗർവ്വുകൾ പൂത്തിയ കാളിന്ദി
കാർനിറമായതിൻ കഥയുണ്ടു വേറെ...
ഒന്നുമോർക്കുന്നതു നന്നല്ല മുന്നിലെ
കർമ്മ ഭൂമിക്കെന്റെ ബലിദാനമായിടാം...
തേരാളി രക്ഷകനാവുകിൽ ജീവിതം
നീളാം; ചതിക്കുകിലന്ത്യവുമായിടാം..!'
●

പ്രണയഭരം

പ്രണയമിങ്ങനെ വാണിഭച്ചന്തയിൽ
നിരനിരയായിരിയ്ക്കുന്നു, വിലപേശി
വന്നു പോകുവോർ നോക്കും മികച്ചതിൽ
കണ്ണുടക്കും, കരിങ്കണ്ണു തട്ടാതെ
നിന്നു പുലരുവാനോരോകുതന്ത്രങ്ങ-
ളൊന്നു പോലും മറക്കാതെ വ്യാപാര-
മെന്നു മിതുപോലെ സമ്പന്നമാണാതിൽ
ഖിന്ന ഭാവങ്ങളുണരും പലപ്പൊഴായ്...

ഇരുളടഞ്ഞ നഭസ്സിന്റെ കോണിലും
പുഴമുറിഞ്ഞ സമതലഭൂവിലും
മിഴി തുറക്കുന്ന കഴുകന്റെ തൃഷ്ണകൾ
ചിറകടിക്കുന്നിരുട്ടിലും ഭീകരം...
ജലദലങ്ങളിലൂളിയിട്ടങ്ങനെ
പരല്പ പായും കണക്കൊരേ ചിന്തകൾ
വഴിയരുകിലിരുട്ടം കുത്തുന്നൊരു
കുഴികളെങ്ങനെ ചാടിക്കടന്നിടും...

കടലിരമ്പം ശമിക്കുന്ന തീരത്തി-
ലൊരു മനോഹര ശില്പം കണക്കിനെ
പ്രണയമങ്ങനെ ചാഞ്ചാടി നില്ക്കുന്നു

മൃദുല സന്ധ്യകൾ പൂക്കാതെ നില്ക്കുന്നു
വണ്ടു തത്തുന്ന പൂക്കാല ഭംഗിയിൽ
തണ്ടുംലത്തിളം കാറ്റിലാടുന്നതിൻ
നിന്റെ സങ്കല്പ ഗോപുര പ്രാന്തങ്ങ-
ളെന്തു കൊണ്ടോ തുറക്കാതിരിക്കുന്നു...

ഒറ്റ ജാലകം പോലും തുറക്കാതെ-
യിപ്പൊഴും വച്ചു വാണിഭം പോറ്റുന്ന
ദുഷ്ട ബുദ്ധികളോർക്കുന്ന നാളുക-
ളെത്തു മതുവരെ ദീപം തെളിക്കൊലാ...

പ്രണയമങ്ങനെ വാണിഭച്ചന്തയിൽ
നിരനിരയായിരിക്കുന്നു വാങ്ങുവാ-
നരികിലെത്തുന്നു, വില്ക്കുവാൻ വിലപേശി
ചലന സൗരഭം സംഗീത സാന്ദ്രവും
മധു തുളുമ്പുന്നിടയ്ക്കു ചിലതിലോ
ശലഭ മാർക്കുന്നു, കരിവണ്ടു മൂളുന്നു...
മലരണിക്കാട്ടു തിങ്ങിയും വിങ്ങിയും
കളഭ ഗാത്രങ്ങളൂഴം തിരക്കുന്നു...
ഏതു പൂക്കാല ഭംഗിയിൽ നിന്നാവു-
മീ ശരത്കാല സമ്മേളനങ്ങൾ തൻ
ഈണമൊഴുക, മതിൻ പിന്നിലേതൊരു
ശോക ഗാനവും കേൾക്കും പതുക്കനെ...!
●

പൈതൃകം

അകം വളരാതെ പുറം വളരുന്നു
അകം പുറം തിരിച്ചറിയാനാവാതെ
അകത്തെ കൂരിരുൾ തുടച്ചുമാറ്റുവാൻ
പഠിച്ചെടുക്കണം പുതിയ പാഠങ്ങൾ
ഗൃഹത്തിൽ നിന്നല്ലോ തുടക്കമാകണം
ഗ്രഹിക്കുവാനതു തുണയായ് തീർന്നിടും...
ഗുരുക്കളായ് മാതാ പിതാക്കളെത്തണം
പുറത്തു മറ്റൊരാൾ ഗുരുവായ് തീരണം...

പരക്കെ കാണുന്നു പിഴച്ച താളങ്ങൾ
പഴുത്തു വീഴും പാഴില പോലങ്ങനെ
ഗണിച്ചു പോരുവാൻ മിനക്കെടാറില്ല
ഗണത്തിലേറുന്നു വിഷാദ പർവ്വങ്ങൾ
പുറത്തെ വിസ്തൃതി മിഴിയിൽ കാണാതെ
പുലർന്നിറങ്ങുന്നു പ്രഭാതമെന്തിനോ...
വെളിച്ചവും കാറ്റു മിടയ്ക്കു ഗന്ധവും
തിരിച്ചറിയാതെ നടന്നു പോകുന്നു...

കുലത്തിൻ മൂല്യങ്ങൾ പഠിയ്ക്കാനുണ്ടേറെ-
പഠിപ്പിക്കാനാരും തുനിഞ്ഞിടുന്നൊലാ
അതിന്റെ ദോഷങ്ങൾ പെരുത്തു കേറുന്നു

തണലിടങ്ങളിൽ വളരും മാമരം...!
അണു കുടുബത്തിന്നപസ്വരങ്ങളിൽ
കുടുങ്ങിയൊക്കെയും മുരടിച്ചങ്ങനെ
ഇളം കാതൽ തിങ്ങി വളർന്നു കേറുന്നു
ഇടംവലം കാണാൻ മിനക്കെടാതെയും...

ചരിത്രമൊക്കെയും ചിതൽ പിടിച്ചല്ലോ
നശിച്ചു; നാളത്തെ ചരിത്രമാകേണ്ടും
വിശിഷ്ട വേദങ്ങൾ, വിടർന്ന ബന്ധങ്ങൾ
വിലയ്ക്കെടുപ്പോരു മറിഞ്ഞെത്തുന്നില്ല
തിരക്കു കൂട്ടുന്നു, സമയമില്ലെന്ന
ചടഞ്ഞ പല്ലവിയുറക്കെ ചൊല്ലിയും
അടുത്തിരുത്തുവാൻ, കുരുന്നു വാത്സല്യ-
മറിഞ്ഞൊരിത്തി പകുത്തു നൽകാതെ...

വരച്ച നേർവര നടന്നു കേറുന്നു
വഴിക്കുതെറ്റുന്നതറിഞ്ഞിട്ടുന്നില്ല...
വിടർന്ന സൗഹൃദ മടച്ചു പൂട്ടിയും
നനുത്ത പുഞ്ചിരി പകർന്നിടാതെയും
കടുത്ത ഭാഷക, ളുറച്ച ശബ്ദങ്ങ-
ളുരച്ചു നിത്യവുമൊടുങ്ങും നാളുകൾ...
കുരുന്നു ചങ്കിലെ നനുത്ത കോശങ്ങൾ
വരണ്ടുണങ്ങിയും വിരസമാകുന്നു

ഒരിറ്റു സാന്ത്വനം നിറഞ്ഞ ലാളനം
നിഷിദ്ധമാകുന്ന വഴിക്കു മുന്നിലെ
അടഞ്ഞ വാതിലോ തുറക്കാനാവാതെ
തപിച്ചു നില്ക്കുവാൻ വിധിക്കപ്പെട്ടവർ
ഒരു നിമിഷാർദ്ധ ചപല ചിന്തയാൽ
കരിഞ്ഞൊടുങ്ങുന്ന കുരുന്നു ജന്മങ്ങൾ
നമുക്കു പാഠങ്ങളനേക മുണ്ടതു
പഠിച്ചു ജീവിതം നയിച്ചു തീരണം...!

വരും തലമുറയ്ക്കതിന്റെ സത്തകൾ
പകർന്നു നേർവഴി തിരിച്ചു കാട്ടണം
പിശുക്കി നല്കുന്ന പ്രണയസൗഹൃദം
ദുഷിച്ചതാകുന്നു വിഷം നിറഞ്ഞതും
ഉടച്ചു വാർത്തീടാം നമുക്കീ പൊങ്ങച്ച
ലഹരി മൂക്കുന്ന പരാന്ന സംസ്കൃതി...!
നമുക്കു പൈതൃകം കടൽ പോലുണ്ടതു
കടഞ്ഞെടുക്കുവാൻ കരുത്തു കാട്ടണം...!
അതിന്റെ സൗരഭം പകർന്നിളം മുറ
വളർന്നു കേറട്ടെ നഭസ്സോളം പൊങ്ങി...!
തടസ്സമാകൊല വഴി തെളിക്കുക
നമുക്കു നാളെയിൽ മിടുക്കരായിടാം...!
●

രാപ്പാട്ട്

ഈ രാത്രി നീയുറങ്ങാതിരിക്കുന്നതെൻ
കരൾ കൂടി ഭേദിച്ചെടുക്കുവാനോ...?
ഈ രാത്രി നീയുറങ്ങാതിരിക്കുന്നതെൻ
മിഴിച്ചൂണ്ടു കുത്തിയെടുക്കുവാനോ
ഇനിയെന്തെടുക്കുമെൻ വിരൽ നീ മുറിച്ചു
നടതല്ലി നാലായൊടിച്ചു തള്ളി
ഹൃദയം പിഴിഞ്ഞതിൻ ചോര നീ തിലകമായ്
തിരുനെറ്റി മധ്യം നിറച്ചു ചാർത്തി
ഇനിയെന്റെ നാവും പുഴക്കുവാനാവുമോ
വിരൽ നഖം നീർത്തി നീ നില്പൂ...
മലമുകളിലീറൻ കരിമ്പനത്തട്ടിലെ
പുലർകാല, മധ്യാഹ്ന, രാത്രികളിൽ
ഒറ്റച്ചിലമ്പിന്റെ താളത്തിലുച്ചത്തി-
ലിപ്പൊഴും തോറ്റം മുഴങ്ങിടുന്നു
സന്ധ്യ തൻ നൊമ്പരം വാങ്ങിക്കുടിയ്ക്കുന്ന
സിന്ദൂര വർണ്ണങ്ങളലിയാതെ നില്ക്കുന്നു
തെക്കു നിന്നെത്തുന്ന കാറ്റിൻ ചിലമ്പിച്ച
ദുർഗന്ധ പൂർണ്ണ സന്ദേശം
വായിച്ചെടുക്കുവാനാവാതെ ചോട്ടിലെ
പാലത്തണലിൽ തളർന്നിരിപ്പൂ...
വിസ്മയം കാണിച്ചുടുക്കുന്ന നാട്യങ്ങ-

ളിപ്പൊഴും പച്ചപ്പ ചൂടും പുലരികൾ
പിന്നെയുദിച്ചങ്ങു പൊങ്ങിത്തപിക്കുന്ന
വന്യമാം രശ്മികൾ തേടുന്ന സൗഹൃദം
തൊട്ടു തലോടിക്കരിയ്ക്കുന്ന മാസ്മര
വൃത്തത്തിലെത്തിയാലെല്ലാമൊടുങ്ങുന്നു...
എത്രയോ പ്രാണൻ പിടഞ്ഞെരിഞ്ഞുള്ളൊരീ
ഗർത്തത്തിലൊക്കെയും ചോരക്കറുപ്പിന്റെ
ദുർഗന്ധ, മിഴയും പുഴുക്കളും, തേളിന്റെ
കുത്തിന്റെ നിർവൃതി പൂക്കുന്ന ഭംഗിയും...
നീ നീർത്തൊരീ വലയ്ക്കുള്ളിലെ പിടയുന്ന
പ്രാണന്റെ രോദനം പൊങ്ങി കരിമ്പന
മേലേയ്ക്കുമെത്തുന്നു, കത്തുന്ന നട്ടുച്ച
ച്ചൂളം വിളിക്കും മണൽക്കാറ്റതാവുന്ന
ഓരത്തു വെട്ടിത്തിളയ്ക്കുന്ന കാട്ടാറി-
ലേതോ വിപത്തിന്റെ ചടുല താളങ്ങളിൽ
ഉരുകിക്കഴിഞ്ഞെത്ര പ്രാണന്റെ ബിന്ദുക്ക-
ളവയൊക്കെയും നിന്റെ തിരുമുഖച്ഛായയാ-
ണറിയുമോ നീ നടന്നെത്തിയ കാതങ്ങ-
ളവയിലെ തേഞ്ഞുള്ള പാദാരവിന്ദങ്ങൾ...!
ഒക്കെയും ചീയുന്ന നാളെത്തുമന്നേതു
പൊത്തിലൊളിച്ചാലു മാവില്ല, രക്ഷക-
രെത്തില്ല, ഒറ്റച്ചിലമ്പിന്റെ താളവും
നൃത്തച്ചുവടു മൊടുക്കത്തെയന്നവും...
പീലിത്തലപ്പിന്നുമാവില്ല സ്നേഹാദി
ധാരയും, വെണ്ണയും വിഫല പ്രതീക്ഷകൾ...
സഞ്ചാരിയാ, യുപഗുപ്തനുമെത്തില്ല;
സന്തത സഹചാരി മൂടാനുമെത്തില്ല...
നോക്കുക, മാനത്തൊരായിരം കഴുകുക-
ളാർപ്പും വിളിയുമായ് നിന്നെയും നോക്കുന്നു...!
●

നൊസ്സ്

മൂക്കുന്ന ഭ്രാന്തും ചോരത്തിളപ്പും
മൂക്കിന്റെ തുമ്പിൻ വിയർപ്പിൻ പൊടിപ്പും
പാതി മിഴി കൂമ്പിപ്പതുങ്ങിക്കളിക്കും
പാൽ വെട്ടമില്ലാതെ മങ്ങുന്നു പിന്നെ...

ഏതോ മരച്ചോട്ടു പങ്കിട്ട തണലിൽ
വീതിച്ചെടുത്തൊരാ പാഴായ പ്രണയം
മഞ്ഞും, മഴ, വെയിലേറ്റതിൻ ഭംഗി
മങ്ങിത്തുടങ്ങിയ കാലത്തു വീണ്ടും
ചൂക്കിച്ചുളിഞ്ഞുള്ള ചുണ്ടിൻ ത്രസിപ്പ്
മൊത്തിയൊരോർമ്മകൾ രാപ്പേടിയാകുന്നു...

നിഴൽ ചാഞ്ഞു നില്ക്കും കവിളിന്റെ ചോട്ടിൽ
നിണമാകെ വാർന്നുള്ള കരിയുന്ന പൂവും...
ഉരുൾ പൊട്ടി മാമലക്കുന്നാകെയെങ്ങോ
മറയാൻ തുടങ്ങുന്നൊലിക്കുന്നു താഴെ...

ശലഭങ്ങൾ വണ്ടുകൾ തേനുണ്ടു പോയ
കരിയാൻ തുടങ്ങുന്ന പൂവുപോലങ്ങനെ
കൊഴിയുന്ന കർമ്മ മുണ്ടതു നാളെയെത്തും
കരിമണ്ണിലല്പം കറുപ്പിന്റെ ബാക്കി...

നിറ സന്ധ്യയലിയുന്ന നിന്നകക്കാമ്പിലെ
മധു ലഹരിയേറ്റവരിന്നെങ്ങു പോയി...?
പകലിരവു നിർത്താതെയാടിയ നൃത്തങ്ങ-
ളിടവേളയില്ലാതെ ക്ഷീണിച്ചൊടുങ്ങി...
രാഗതാളങ്ങൾ മറന്നു, ചുവടുക,
ളാടുന്നതെങ്ങോ; ദീപമൊരു ദിക്കിൽ
രാമപാദങ്ങളടുക്കില്ല, ഹല്യയായ്
മോചനം മോക്ഷം കൊതിക്കുന്നഹന്ത...!

പിന്നിട്ട കാലങ്ങ, ളോർമ്മകൾ ബീഭത്സ-
മിന്നോ ശവക്കുഴി തേടുന്ന സ്വപ്നങ്ങൾ
കണ്ണടച്ചാലു മുറങ്ങാതെ ദു:സ്വപ്ന-
മൊന്നൊന്നു മീതെ ചിറകിട്ടടിക്കുന്നു...
ഇക്കളിക്കുണ്ടൊരു സമ്മാന മായതു
തൃക്കൈകൾ നീട്ടി നീ വാങ്ങി നടക്കുക...!
കാത്തിരിപ്പുണ്ടതു കൃത്യത നിശ്ചയം
ആർത്തിയൊടുങ്ങുന്ന നാളിനായ് കാക്കുക...!
●

കടൽ

എത്ര മേലിഷ്ടമാണീക്കടൽ, ക്ഷോഭിച്ചു
നില്ക്കുമ്പൊഴും വശ്യ സുന്ദരിയാണവൾ
നിത്യവും കാണുന്ന കാഴ്ചയാണെങ്കിലു-
മൊറ്റയ്ക്കു കാണുവാനാർത്തി കൂടും...

എല്ലാ മടങ്ങുന്ന നിന്നിലെന്നാകിലു-
മിന്നു മടിത്തട്ട ഗാഢത കൂടുന്നു
ചെന്നു ചേർന്നില്ലെന്റെ ബുദ്ധിയും ശക്തിയു-
മൊന്നു മതിൻ മുന്നിലൊന്നു മല്ലാതായി...

ഈ പ്രപഞ്ചത്തിന്റെ മാലിന്യമൊക്കെയു-
മൊട്ടിപ്പിടിച്ച നിൻ മാറിന്നു ഭാരമാ-
യൊക്കെയും തള്ളുന്ന ഞങ്ങളോമാന്യരായ്-
നില്ക്കുന്നി, ടയ്ക്കു നിൻ തീരത്തു നാസിക-
പൊത്തിപ്പിടിച്ചങ്ങു സൊള്ളാനിരിക്കും...
കുറ്റബോധം തെല്ലുമില്ലാത്ത വന്യത...

പെയ്തൊഴിയാൻ കാറു നൽകുന്നു, ഞങ്ങൾക്കു-
വെള്ളവും, മണ്ണിന്നു ദാഹമകറ്റുവാൻ
പിന്നെയും നിന്നിലേയ്ക്കെത്തുന്നു ശിഷ്ടങ്ങ-
ളൊന്നിലും നീ യൊട്ടു ഖേദം പറയില്ല...

ഏറ്റുന്ന മൂല്യമാം വസ്തുക്കൾ നിന്നിലെ
ഭാവങ്ങളറിയാതെ ഞങ്ങളും പുലരുന്നു

കൊയ്തു കൂട്ടുന്നു വിതയ്ക്കാതെ ഞങ്ങളും
കൊയ്യുന്നു മറ്റുള്ള നേരവകാശികൾ...
ആരെയും തെല്ലും പിണക്കാതെയിപ്പൊഴും
നീ പുലർത്തുന്നു പ്രപഞ്ചത്തെയൊന്നാകെ
ചൂടും വെളിച്ചവും സമ്മിശ്ര ഭാവവു-
മേകുന്നു പ്രകൃതിക്കു കാവലാളാകുന്നു...

ഈ പ്രപഞ്ചത്തിന്റെ താളവും ശബ്ദവു-
മിക്കണ്ട കോടി പ്രജകടെ സ്വപ്നവും
ചൂടും വെളിച്ചവും, മഞ്ഞും മഴയുമായ്
രാവും പകലു മിരുട്ടും വെളിച്ചവും
ദാനമായ് നല്കി യീ ഞങ്ങളെയിങ്ങനെ-
നീ പുലർത്തുന്നതു ഞങ്ങൾക്കറിവില്ല...
ഭൂമിക്കു കിട്ടിയ വരദാനമിക്കടൽ
നാളേക്കു വേണ്ടി നാം കാക്കണം നിശ്ചയം...!

●

എന്റെ മണ്ണ്

എന്റെ മണ്ണിന്നു സമ്പന്നമാണതിൻ
ചന്തമെങ്ങും പരപ്പു സുഗന്ധവും
ഒറ്റവാക്കിൽ കുറിക്കുവാനാവില്ല
സർഗ്ഗ വൈഭവമെത്രമേൽ പൂക്കിലും
മലകളും കാട്ടുചോലയുമരുവിയും
മലരണിയുന്ന കാലം മധുവുണ്ടു
ലഹരി കൊള്ളുന്ന വണ്ടുകൾ ശലഭങ്ങൾ
പറവകൾ കാട്ടുകോഴികൾ മയിലുകൾ

പുലരി മഞ്ഞൊക്കെ രത്നങ്ങളാകുന്ന
അരുണ കിരണങ്ങളേൽക്കെ, യാ കൗതുകം
സമതലങ്ങളിൽ ചാഞ്ചാടി നില്ക്കുന്ന
അരിയപുഞ്ചകൾ, തെങ്ങുകൾ, ഇക്കണാം
കുരുവി കൂട്ടുന്ന കൂടുകൾ, തോട്ടിന്റെ
കരയിലെ കാട്ടു കൈതകൾ പൂക്കുന്ന
ഹരമെഴും നാട്ടു മണമെങ്ങുമൊഴുകുന്നു,
അതിനു മുണ്ടേറെ സൗരഭം കാറ്റിനും

ചരിത മൊട്ടേറെ യുണ്ടിതിൻ വാഴ്വിന്നു
കഥകളോ നട്ട ഞാറിൻ തുടിപ്പുകൾ
ഉഴുതു വിത്തിട്ടു, വളമിട്ടു തേവിയ

കഥ കളങ്ങനെ ഓർമ്മയിൽ പൂക്കുന്നു...

തൊട്ടുകൂടായ്മയാചാരമായിട്ടു
കെട്ടുഘോഷങ്ങളാടിയൊരക്കാല-
മെത്ര കദനങ്ങൾ, കൈവിട്ട കുത്തുക-
ളൊക്കെയോതുവാനാവാത്ത വൈകൃതം...!
വൻ വിപത്തുപോൽ കീഴാള ജന്മങ്ങ-
ളന്നു തിന്നൊരാ നോവിന്റെ യാസവം
ഇന്നു മോർക്കുവാനാവില്ല, യുക്തി തൻ
കർമ്മ ധീരരന്നൊത്തു ചേർന്നുഴുതിട്ട
മണ്ണിലൊക്കെയും പുതു നാമ്പുമുളയിട്ടു
പിന്നെ പൂവായി കതിരായി കൊയ്യുവാൻ
വന്ന മേലാള വർഗ്ഗം പകച്ചതും
ഇന്നു ചരിതമായ് ചോക്കുന്നു സന്ധ്യ പോൽ...
ചൂട്ടുകറ്റയും റാന്തലും കിണ്ടിയും
ആർത്ത നാദങ്ങളമരുന്നൊരറകളും
കണ്ടകോലങ്ങൾ നാട്ടിയ പാടങ്ങൾ
വെന്തഴിഞ്ഞ മനസ്സുകൾ ശാപങ്ങൾ...
സങ്കടത്തേരു പാഞ്ഞൊരാചാളകൾ
നൊന്തഴിഞ്ഞ വികാരത്തുടിപ്പുകൾ...

വർഗ്ഗ സമരങ്ങൾ ചാർത്തിയ സിന്ദൂര,
രക്തഹാരങ്ങൾ നേടിയ നേട്ടങ്ങൾ
അക്ഷരം തൊട്ടുകൂട്ടി പഠിപ്പിച്ച
വിപ്ലവാവേശ സമര സന്ദേശങ്ങൾ
കൂലിബോധം പടർന്നു വളർന്നതും
രൂപമൊട്ടാകെ മാറിക്കഴിഞ്ഞതും,
കർമ്മ രൂപങ്ങളാവാഹനങ്ങളായ്
വന്ന മാറ്റങ്ങൾ ഭൂമിക്കു മേലെയും
പുതിയ പൂക്കാല മങ്ങനെ ഭൂമിക്ക്
ഹരിത ചാമരം വീശുന്ന കാലമായ്...
പുതിയ പാഠങ്ങളധ്യാപകർ നാട്ടു

ലഹരിനുരയുന്ന സാമൂഹ്യപാഠങ്ങൾ...
ആർജ്ജവം പൂത്തു പൂവിട്ടു കതിരിട്ടു
മാറ്റമങ്ങനെ സർവ്വാംഗ ഭൂഷിതം...
ഇന്നുമങ്ങനെ മുന്നോട്ടു കേരള-
മുന്നതങ്ങളെ കീഴടക്കുന്നിഹ...!
എന്റെ മണ്ണെനിക്കഭിമാനമാണതി-
ലെന്റെ വിഹിതവും ചാർത്തട്ടെ തിലകമായ്...!
●

മനോഗതം

ഒറ്റയ്ക്കിരുന്നു മടുത്തു പുറത്തുള്ള
ശുദ്ധമാം വായുവൊരിത്തിരിയേൽക്കുവാൻ
കിട്ടാ, തിരുട്ടിലെ ശൂന്യത മുറ്റിയ-
ചിത്രങ്ങളനവധി മുന്നിൽ തെളിയുന്നു
എത്തുന്നതില്ലൊരു ഭക്തനും, മിന്നന്റെ
മുന്നിൽ, പുറത്തവരെങ്ങനെയായിടാം
ഉൾക്കണ്ണു കൊണ്ടു ഞാൻ കാണുന്നൊരുവനു-
മപ്പുറ, മിപ്പുറം, മാറാതെ, നില്ക്കുന്നു...

ഏവരുമൊന്നു പോൽ കാണും മുഖത്തുള്ളൊ-
രാവരണം സത്യമറിയാനു മാവില്ല
യാത്രക്കു കരുതലായ് വേണമെന്നാവുമോ
ഗാത്രം മുഴുവനും മൂടിപ്പുതയ്ക്കുവാ-
നേതെടുക്കും, പട്ടു വസ്ത്രങ്ങളൊക്കെയും
ജീർണ്ണിച്ചു, കാലമിന്നൊട്ടേറെ, മാറ്റുവാ-
നായില്ലൊരുത്തനും, തന്നില്ല, കാണിക്ക-
ചോദിച്ച ശീലമെനിക്കില്ലയിത്ര നാൾ...!

ഒന്നു പുറത്തേയ്ക്കിറങ്ങണം മോന്തായ[1]-
മെങ്ങനെ ഞാനും മറച്ചു നടന്നിടും...?

1മുഖം

ത്തുന്നിയുണ്ടാക്കുവാനാവില്ലയിത്തുണി
പിഞ്ഞിത്തുടങ്ങിയ കാര്യവും ചൊല്ലണ്ട...
എങ്ങു നിന്നീ വസ്തു കിട്ടും വിലയുള്ള-
തെങ്ങനെ വാങ്ങിടും ദമ്പിടി[2]യില്ലാതെ...!

ഏതോ മഹാമാരിയാഞ്ഞടിക്കുന്നതിൻ
ഭീതിയിലാവാം ജനങ്ങളിന്നൊട്ടാകെ
ഞാനറിഞ്ഞില്ലതിൻ ഭീകരാകാരമെൻ
നേരിന്നുമപ്പുറം പൊങ്ങിപ്പറന്നുവോ...
ഇക്കാല മത്രയും ശീലിച്ച ധർമ്മങ്ങ-
ളൊറ്റയ്ക്കിരിപ്പിൽ മാഞ്ഞോ മറഞ്ഞോ?
പീതവർണ്ണം വന്നു മൂടുന്നു കണ്ണിലെ
നീലിമ മാഞ്ഞതിൻ കാരണമെന്തഹോ...
രക്ഷകനാണെന്ന നാട്യത്തിലിത്ര നാൾ-
അഷ്ടിക്കുപായങ്ങൾ കണ്ടെത്തി ജീവിച്ചു...

വിശ്വസിച്ചേവരും താണും വണങ്ങിയും
വച്ച നിവേദ്യങ്ങളുണ്ടു മുറങ്ങിയും
കെട്ട കാലത്തു തുണയ്ക്കുവാനാവില്ല
ബുദ്ധിഭ്രമം കാട്ടി മുന്നോട്ടുപോയിടാം...
തട്ടിപ്പുവിദ്യകൾ വേണ്ടോള മുണ്ടതി-
ലിത്രനാൾ ജീവിച്ച കൗശലം കേമവും...!
ഇന്നുമാ ശീലങ്ങളുനം തടയാതെ
മുന്നോട്ടു തന്നെ നടത്തും തുണയ്ക്കും...
ആകയാലെല്ലാമൊടുങ്ങുംവരേയ്ക്കു മീ-
ക്കുരിരുൾ തന്നെ ശരണം ഭവന്തു...!
●

2കാശ്

കരുതൽ

കരുതലുണ്ടാവണം കണ്ണിനും കാതിനും
കരയുവാൻ നാളെയിൽ കാരണമാകൊല...
കണ്ണിരുന്നാൽ പോര കാണണം നല്ലത്
കണ്ണിനും യോജിച്ച കാഴ്ചകളാവണം
കാതിരുന്നാൽ പോര കേൾക്കണം നന്മകൾ
പൂവിട്ടു നില്ക്കുന്ന പുണ്യം നിറഞ്ഞവ...

കണ്ടതും കേട്ടതും വേർതിരിച്ചറിയുവാൻ
ചിന്തകൾ സ്വന്തമായ് വേണമിന്നേവരും
അന്യന്റെ വാക്കിൽ പ്രവൃത്തിയിൽ കാണുന്ന
നന്മകൾ മാത്രം തിരിച്ചറിഞ്ഞീടണം
വിട്ടുകൊടുക്കാതിരിക്കണം മാനസം
കെട്ട വിചാരങ്ങൾ ചുറ്റിപ്പിടിക്കാതെ...

ആരാന്റെ യുച്ചിഷ്ട മേറ്റങ്ങുവാങ്ങുവാൻ
വായും തുറന്നങ്ങു നില്ക്കാതിരിക്കണം...
ചിന്തിച്ചെടുക്കണം കാര്യങ്ങൾ ജീവിതം
ബന്ധിച്ച യാത്രകൾ തടയാതെ മുന്നേറി
ബന്ധു ജനങ്ങളെ കാക്കുവാൻ നോക്കുവാൻ
സ്വന്തമായ് മാർഗ്ഗങ്ങൾ തേടിയെടുക്കണം...

തെറ്റുകൾ ചായം പിടിപ്പിച്ച മുന്നിലായ്
നൃത്തം ചവിട്ടുന്ന കൗതുകം മൂക്കാതെ
ഉപ്പേരി കാരസ്കരത്തിൻ കുരുവാണ്
നക്കിയാൽ പൂച്ചിന്റെ ഉപ്പങ്ങു പോയിട്ടും....!
ഉള്ളിലെ സ്വാദങ്ങറിയും പതുക്കനെ-
യന്നേര മോർത്തിട്ടു കാര്യമുണ്ടാവില്ല...
ആകാര സൗഷ്ടവം കണ്ടു ഭ്രമിച്ചതിൻ
മായാമയൂരങ്ങളാടില്ലൊരിക്കലും....!

●

യാത്ര

ഒട്ടിയ വയറിൻ വിളിയും കണ്ണിൽ
കുത്തിയിറങ്ങും ക്ലരിരുൾ നാവിൽ
വറ്റിയ വെള്ളം തൊട്ടു നനയ്ക്കാൻ
കിട്ടാതങ്ങനെ നീണ്ടു നടപ്പു...
പൊട്ടിയ കാലടി ചോരയൊലിച്ചും
കിട്ടാക്കനിയുടെ സ്വപ്നനമകന്നും
കുട്ടികൾ, വൃദ്ധർ, ഗർഭിണി, ബാല്യം
കെട്ടിത്തൂക്കിയ കൈശോരങ്ങൾ,
ഞാത്തിയ തുണിയിൽ ചുങ്ങിയ വിരലിൻ
സ്വാദുനുണഞ്ഞും, നിലവിളി വറ്റിയ
കോലങ്ങൾ, വടിയൂന്നിയ വൃദ്ധർ
കാലുമുടന്തി നടക്കാനാവാ-
നേതേതോ ശാപം പേറിയ മട്ടിൽ
അവരും ജീവിത ഭാരം ചുമ്മി
തെരുവുകൾ നിറയെ മുന്നോട്ടങ്ങനെ
നടയാ, ണിഞ്ചു കടക്കുന്നില്ല
ലക്ഷ്യമതകലെ, ചാളകൾ തേടും
പക്ഷമിതെങ്ങാൻ കാണുന്നുണ്ടോ...!
പിന്നിൽ മുന്നിൽ വീശിയടിക്കും
വന്ന വിപത്തിൻ ഭീകര രൂപം
എങ്ങും മാറി യൊളിക്കാനാവ-

തിങ്ങനെ നിന്നു തപിക്കുമനേകം...
പുണ്ണിൽ നുരയ്ക്കും പുഴുക്കളകത്തള-
മിന്നും തോരാതാറ്റിയകറ്റാൻ...
വന്നില്ലൊരു ചെറു കാറ്റിൻ ചീളുക-
ളെങ്ങോ ഉഷ്ണം കൊട്ടിപ്പാട്ടും
തുടിയും പറയും ചെമ്പടയറയും
ചടുലത കത്തിപ്പടരുന്നെങ്ങും...
ഇങ്ങനെയുണ്ടീ മണ്ണിൽ കോടിക-
ളൊന്നൊന്നും കണ്ടറിയാനാവാ-
തെണ്ണിയൊടുങ്ങും പാഴ്ജന്മങ്ങൾ...
അഞ്ചാണ്ടിട വിട്ടുണി വിരൽ നീട്ടാൻ...
കുത്തിക്കെട്ടിയ ചാളകളകമോ-
വെട്ടം കേറാതുള്ളയിടങ്ങൾ
ഇഴ ജന്തുക്കൾക്കൊപ്പം കൂട്ടാ-
യിഴയും മാനവ പുണ്യാത്മക്കൾ...

ജനിയും മൃതിയും ഒരു പോലങ്ങനെ
ഗണിതങ്ങൾക്കു പുറത്താവുന്നു...!
അസ്ഥി തുളയ്ക്കും മഞ്ഞും കാറ്റുമി-
തൊക്കെ മറയ്ക്കാൻ തുണിയില്ലാതെ
കുത്തിയൊലിക്കും മഴയുടെയസ്ത്രം
തട്ടിയകറ്റാൻ പഴുതില്ലാതെ
മുന്നിൽ പിന്നിലുറഞ്ഞാട്ടും വൻ
വന്ന വിപത്തിൻ പൊരുളറിയാതെ
ഒന്നായ് ദുരിതക്കെട്ടിൻ ഭാണ്ഡം
ചുമ്മി നടന്നു മൊടുങ്ങുന്നേറെ...

മധുരം തേയ്ച്ച ദുരന്തം കാതിൽ
ഇടിവെട്ടായിപ്പതിയും നേരം...
വാക്കിൻ മാസ്മര വലയം മുന്നിൽ
വാക്കുകളഗ്നി പടർന്നുയരുന്നു...
അഷ്ടിക്കരവയർ കിട്ടാനില്ല

വെച്ച വിളമ്പാം ദേശ സ്നേഹം!
തിന്നാൽ ദഹനക്കേടിൻ ദോഷം
വന്നാൽ മോക്ഷം ചത്തു കഴിഞ്ഞോ...!
കേട്ട മട്ടത്തോരുൽബോധന മതി-
ലൂറ്റം കൊള്ളും ചമ്മിയ മുഖവും
ചങ്ങല നീണ്ടു കിടക്കുന്നവയുടെ
കണ്ണികൾ മാടി വിളിക്കുവതാരെ..!
നീട്ടി വലിച്ച നടക്കാം കാലുക-
ളാർദ്രതയെങ്ങുണ്ടറിവില്ലല്ലോ...

എത്തുവതെവിടെന്നറിയില്ലോരോ
ദിക്കുകളങ്ങനെ നീണ്ടുകിടപ്പൂ...
അതിജീവന മിനിയെങ്ങനെ മുന്നിൽ
മലപോലാപത്തുണ്ടതു വേറെ
കണ്ടു നടുങ്ങിയൊടുങ്ങാമങ്ങനെ
കുണ്ടും കുന്നും ഒരു പോലല്ലോ...
തെരുവുകൾ തിണ്ണകളെല്ലാമോരോ
പുതിയ വിപത്തിൻ കുടമണിയൊച്ച
യാത്രയിതിങ്ങനെ യന്ത്യംവരെയും
നേർക്കു വരുന്ന മൃത്യു മണക്കും
കാറ്റിൽ, കഴുകിൻ ചിറകിന്നൂക്കിൽ
വാർത്തകളില്ലാതാവുന്നല്ലോ...!

കണ്ടവരില്ല; കേട്ടവരില്ല
പന്തം കത്തിപ്പടരുന്നുള്ളിൽ
പൊട്ടിയ കാലടി ചോരച്ചാലുക-
ളുപ്പിനു ക്ഷാമം തേയ്ച്ചു നടക്കാൻ...!
നിൻ വാക്കാളും തീയായിന്നും
പിൻ തുടരുന്ന ഞങ്ങളൊടുങ്ങും...
ഇങ്ങനെ കോടികളിന്നും കാൽനട-
തന്നെയതന്ത്യം കാണുവതെന്നോ...?
●

പന്തുകളി

അമ്പിളി മാമനും താരകപ്പിള്ളേരും
പന്തുകളിയ്ക്കുന്ന മാനത്ത്
ചന്തത്തിൽ ചാടിയുമോടിയും കുട്ടികൾ
പന്തിന്റെ പിന്നാലെ പായുന്നു

ഒന്നാം ഖണ്ഡത്തിൽ മേക്കു കിഴക്കായ്
നിന്നു മാമനും കൈ കൊട്ടി
തെക്കോട്ടോട്ടു വടക്കോട്ടോട്ടു...
തത്തിനും തെയ്യന്നം പന്തടിയ്ക്കു...

തെക്കോട്ടോടി വടക്കോട്ടോടി
തത്തിന്നം തെയ്യന്നം പന്തടിയ്ക്കു..
എന്റെ കാ, ലെന്റെ കാൽ ഞാനടിക്കും
ചന്തത്തിൽ കുട്ടികൾ ചൊല്ലുന്നു

എങ്ങോ നിന്നൊരു കുഞ്ഞിളം കാറ്റിന്റെ
തെന്നാലി കൈകൾ പാഞ്ഞു വന്നു
മേലോട്ടൊത്തിരി പൊങ്ങുന്ന പന്ത്
താഴേയ്ക്കൊത്തിരി ചായുന്ന പന്ത്...

കിഴക്കോട്ടായുന്നു പടിഞ്ഞാട്ടായുന്നു
തെക്കു വടക്കൊട്ടും പോകുന്നില്ല...
ഒന്നാം ഖണ്ഡത്തിൻ മേക്കു കിഴക്ക്
നിന്നാമാമനുമായം കൂട്ടി...

ആരാരും കാൽ കൊണ്ടു തൊട്ടില്ല
പന്തു കുതിയ്ക്കണു മേല്പോട്ട്..
ഒന്നാം ഖണ്ഡത്തിൽ മാമന്റെ കണ്ണിൽ
കണ്ടു പൂത്തിരി കത്തുന്നു...

ആരാരടിച്ചു പൂപ്പന്ത്
ഞാനല്ല ഞാനല്ല കുട്യോള്
പാടുന്നു കണ്ടങ്ങളൊന്നായി
പായുന്നു പന്തങ്ങ് മേല്പോട്ട്...

കാലോണ്ടും കയ്യോണ്ടും തൊട്ടില്ല
കാണാമറയത്തായ് പന്തു പാഞ്ഞു...
മഞ്ഞ നിറമുള്ള പന്തെന്തേയിങ്ങനെ
വെള്ളയും ചോപ്പുമായ് മാറുന്നു...

മേലോട്ടങ്ങനെ മേലോട്ട്
തെക്കു വടക്കു പടിഞ്ഞാട്ട്
പായുന്നു പന്തങ്ങു മായുന്നു
പാഴായ മോഹങ്ങൾ ചൂണ്ടുന്നു...
●

നമ്മളിങ്ങനെ

മുറ്റമടിക്കുവാൻ മുറ്റമില്ല,
വച്ചു വിളമ്പേണ്ട കാര്യമില്ല
തട്ടിൻ പുറത്താണ്[1] താമസങ്ങൾ
ഒട്ടാകെ ജീവിതം മാറിപ്പോയി...

ആട്ടിയെടുക്കുവാനാട്ടുകല്ലും
നീട്ടിയരയ്ക്കുവാനമ്മിക്കല്ലും
കുത്തിയെടുക്കുവാൻ നെല്ലുമില്ല
കെട്ടിപ്പൊതിഞ്ഞങ്ങു വീട്ടിലെത്തും
തിന്നുക മാത്രമായ് ജോലി തീർന്നു
തിണ്ണയും മച്ചും പുറങ്ങളില്ല...
പിസ്തയും ബർഗറും നൂഡിൽസുമായ്
മക്കടെ നാവിനും പൂപ്പലായി
ബുദ്ധി കുറഞ്ഞു തടിച്ചു കാണും
മട്ടിലായ് ദേഹത്തിളക്കമില്ല...

കുറ്റക്കളങ്ങളിൽ കാട്ടു കേറി
കുറ്റക്കിടാങ്ങളോ കുറ്റി കേറി
ചെത്തിയൊരുക്കിയ മുറ്റമെല്ലാം
റബ്ബറിൻ ദുഷ്ടത പൊന്തി വന്നു...

1 ഫ്ളാറ്റ്

അട്ട പുഴക്കളരിച്ച കേറി
മച്ചിലോ വാവൽ നരിച്ചീറുകൾ
നാണക്കേടേറിയ കാരണത്താൽ
നാട്ടുപേക്ഷിച്ചങ്ങു പട്ടണത്തിൽ
നാലാള് കേൾക്കുമ്പോൾ പൊങ്ങുവാനായ്
തട്ടുമ്പുറത്തു പൊരുന്ന വച്ചു...
കാച്ചെണ്ണ തേയ്ച്ചു വളർന്ന കുന്തൽ
വാക്കത്തി കൊണ്ടു മുറിച്ചു മാറ്റി
തോളറ്റമാക്കി വളച്ചു നിർത്തി
വീതികൾ [2]വസ്ത്രങ്ങൾ തിന്നു തീർത്തു...

എണ്ണക്കറുപ്പിൻ മുടികളിലോ
വർണ്ണങ്ങൾ വാരിവപ്പുരട്ടി ഭംഗി...!
കുത്തിയുടുപ്പും കസവുമെല്ലാം
വച്ചങ്ങുപേക്ഷിച്ചു തൃപ്തരായി...

അല്പ വസ്ത്രം മതി എന്ന തോന്നൽ
അല്പത്ത മാണെന്നതോർത്തതില്ല...
കണ്ടു പഠിയ്ക്കുന്ന മക്കളൊക്കെ
ചന്തങ്ങൾ പലതിലും കണ്ടുകൂടി...
മോടിക്കു ചൂട്ടു പിടിക്കുവാനായ്-
പോന്ന വഴികളടച്ചു വച്ചു...!
പാടം പറമ്പുകൾ തീറെഴുതി
നാരായ വേരും മുറിച്ചു വിറ്റു
ഇത്ര നാളന്തി വിളക്കു വച്ച-
തൊക്കെയും കുത്തിപ്പൊളിച്ചു മാറ്റി...

മാറിയ കാലത്തെയേറ്റു നില്ക്കാൻ
മാതൃത്വ[3] ഭാവങ്ങൾ വെട്ടി വീഴ്ത്തി..!

---

2 വലുപ്പം കുറഞ്ഞത്

3 പൈതൃകം

പട്ടണം മാടി വിളിക്കയാല-
ങ്ങൊക്കെ യുപേക്ഷിച്ച നാട്ടുവിട്ടു...
ഓർത്തില്ല പെറ്റിട്ട പൈതൃകങ്ങൾ
ഓമനക്കൈശോര കൗതുകങ്ങൾ...
പിന്നത്തെ ജീവിതം യാന്ത്രികമായ്
നിന്നു മിരുന്നും കിടന്നുമായി
പൊണ്ണത്തടി, പീഡ രോഗമൊക്കെ
വന്നതിന്നന്തസ്സ വേറെയല്ലോ...!

പുത്തൻ രുചികളിൽ നാവുടക്കി
ബുദ്ധി ഭ്രമം പോലെ വേച്ച നിന്നു
അദ്ധ്വാനമില്ലാത്ത ശൈലി മാറ്റം
കെട്ട കാലത്തിൻ തുടക്കമായി
തട്ടിൻ പുറത്തുള്ള ജീവിതങ്ങൾ
ഞെട്ടറ്റ പൂ പോലെയായി പിന്നെ
ബന്ധങ്ങളൊക്കെ മുറിച്ച മാറ്റി
സ്വന്തമെന്നുള്ളതു മാത്രമായി
നാടറിഞ്ഞിന്നലെ ജീവിച്ചതിൻ
കാരണം ഭോഷ്കെന്ന പാഠഭേദം
മൂടറ്റു, വേരറ്റ, വായുവിലെ
ജീവിതം പൊങ്ങച്ച പൂർണ്ണരൂപം...
തങ്ങളിൽ തങ്ങളിലറിയാതെയിങ്ങനെ
നമ്മൾ തൻ ജീവിതം പട്ടിനക്കി...!

●

പക

ഇന്നും ചുരത്തി നില്ക്കുന്ന പകകണ്ണി-
ലെന്നോ കൊളുത്തിയ പന്തം ജ്വലിക്കുന്നു
ശൂലവും വാളും വലിച്ചറിഞ്ഞത്യന്ത
ഘോര രൂപം വിരൽ കാഞ്ചിയിൽ തങ്ങുന്നു...
രാമനെ ധ്യാനിച്ചു നിന്നൊരാ വൃദ്ധന്റെ
മാറു തുളച്ചങ്ങു പാഞ്ഞു വെടിയുണ്ട.
ആരെയും നുള്ളി നോവിച്ചില്ല; യിന്നോള-
മാരെയും മാറോട് ചേർക്കാതിരുന്നില്ല...
പഞ്ചമം പടിപ്പതിഞ്ഞൊരാ ചുണ്ടിലെ-
പുഞ്ചിരിപ്പായസം നുകരാത്തയാരുണ്ട്...
തന്റേതുമാത്രമായ് സ്വപ്നങ്ങളില്ലാതെ
തന്റേതു മാത്രമായ് ജീവിതമില്ലാതെ
നാടിന്റെ മുക്തിക്കു ജീവിതം ഹോമിച്ച്
നായകനായതു കുറ്റമായ് തീർന്നുവോ..?
അഗ്നി നാളങ്ങൾ ജ്വലിച്ചൊരാക്കണ്ണുക-
ളപ്പൊഴുമൊക്കെയും കണ്ടതാണെങ്കിലും
നാമം ജപിക്കുക മാത്രമേ,യുള്ളതിൻ,
കാരണം ചോദിച്ചു തടയുവാൻ നിന്നില്ല...
ബുദ്ധിയുറച്ചുള്ള നാട്ടുകാരൊക്കെയു-
മൊറ്റവരി നിരയായിട്ടു നാടിന്റെ
കഷ്ടത മാറ്റുവാനണി ചേർന്ന നാളുക-

ളിപ്പൊഴു മോർക്കുകിൽ കോരിത്തരിക്കുന്നു...
ഒറ്റു കാരായിട്ടു വേഷം പകർന്നവ-
രൊക്കെയും മാറാപ്പു കെട്ടി മാളങ്ങളിൽ,
പൊത്തിലുമൊക്കെയൊളിച്ചു, സായിപ്പിന്നു...
വച്ചു വിളമ്പിയ നാളിൻ ചരിത്രമു-
ണ്ടിപ്പൊഴോ വഴിയുന്ന സ്നേഹം പറഞ്ഞിട്ടു
കൊട്ടിയും പാടിയും തുള്ളിക്കളിക്കുന്നു...
അന്നേ പതിഞ്ഞൊരാ കാർ നിറമങ്ങനെ-
യിന്നും തെളിഞ്ഞു കാണുന്നു, സിരകളിൽ
ഒറ്റിയും ചൂണ്ടിയും ശീലിച്ച ജന്മങ്ങ-
ളിപ്പൊഴുമങ്ങനെ മാറുന്നതെങ്ങനെ
പച്ച മാംസത്തിൽ തുളഞ്ഞേറിയന്നുണ്ട-
യിപ്പോഴോ ചില്ലിട്ട ചിത്രത്തിലെങ്കിലും...!
ഓർക്കേണ്ട കാര്യ മിന്നിക്കാലമത്രയും
സൂക്ഷിച്ചൊരാ പക കത്തുന്നു പിന്നെയും
കത്തിവേഷം തന്നെ ചേരുന്നു നിങ്ങൾക്ക്
മറ്റെന്തിനേക്കാളു മേറെ പ്രിയങ്കരം
എത്രമേൽ ചായം പുരട്ടി നടക്കിലു-
മൊക്കില്ല, നിങ്ങളെ കൂട്ടത്തു കൂട്ടുവാൻ...
●

കർക്കടകം

മുഞ്ഞി കറുത്ത പ്രഭാതം: മഴയുടെ
ചന്നം പിന്നം ഭള്ളു വിളി
പിഞ്ഞിത്തുന്നിയ മാനത്തങ്ങി-
ങ്ങാരോ തള്ളിയ മാലിന്യം

കോഴി ചിനക്കിയ പോലെ, നാളെ
ആരാണവയെ നേരാക്കാൻ
ഭൂമിയുമാകാശങ്ങളു മെല്ലാം
മാലിന്യത്താൽ നിറയുന്നോ...!

കർക്കടകക്കാറൊന്നൊന്നായി
പെയ്തു നിറഞ്ഞു കലങ്ങുന്നു
എങ്ങും കരിനിറമലിയുന്നാരാ
കർക്കടകത്തിനു കരിപൂശി...?

താളും തകരകൾ തേടി നടക്ക-
ന്നോരോരോബോധം കെട്ട ജനം
അന്യം നിന്നവ പലതും പോലെ
മണ്ണിൻ ചൂരും മാറീല്ലേ...

പൊട്ടൻ വേഷം, കലിയും കെട്ടാൻ
ചെക്കന്മാർക്കും മടിയെന്നോ...
നാണക്കേടുകൾ വഴിമാറുന്ന
നാടിൻ ദുർഗതിയല്ലെന്നോ...

മുറ്റം ചെത്തിത്തേച്ച മിനുക്കാൻ
മുറ്റം കണ്ടവരില്ലാതായ്
വെട്ടിയഴിച്ചും വിറ്റുതുലച്ചും
ഒക്കെയുമോർമയുമില്ലാതായ്

പൈതൃക മെന്നതു പങ്കപ്പാടായ്
പലരും നെറ്റിച്ചുളിയ്ക്കുന്നു
പറയാൻ പോലും മടിയാണെല്ലാം
പലതും ചായം തേയ്പ്പവയും

ശീവോതിക്കു വിളക്കു തെളിച്ചും
മൂധേവിക്കു നെരിപ്പോടിട്ടും
കലിയനു തൊടിയിൽ പ്ലാവിൻ ചോട്ടിൽ
വറവും മലരും കുരുതിയുമായ്
പഞ്ഞം പോക്കിയകറ്റുവതെല്ലാം
കണ്ണിൻ വെട്ടം കൊണ്ടല്ലോ...

നടുവിനുളുക്കും കോച്ചി വലിച്ചും
തടിയിൽ[1] കർക്കട മേളാങ്കം
കഞ്ഞി[2] കുഴമ്പുമുഴിച്ചിലുമായി

സന്ധി പറഞ്ഞും കർക്കടമോട്ടും
പിണ്ഡം വയ്ക്കാനൊരു ദിനമുണ്ട്
ബന്ധം നോക്കിത്തുലയേണ്ടാരും...

---

1 ശരീരം
2 ഔഷധക്കഞ്ഞി

സന്തതിയെല്ലാം മാറി, തലമുറ
കണ്ടറിയുന്നോ കൊണ്ടറിയുന്നോ...!
കർക്കടമിങ്ങനെ പഞ്ഞം നല്കും
ചട്ടിയിലിട്ടു വറക്കാമെല്ലാം...!

എങ്കിലുമുള്ളിൽ ചിങ്ങത്തിന്റെ
സുന്ദര വദനം പൂത്തിരി കത്തും
അവയുടെ വെട്ടം തട്ടീം മുട്ടീം
കടവുകടക്കാൻ തോണിയിറക്കും...

ചിങ്ങം വന്നാലോണവുമാവും
കണ്ണിൽ, ചിന്തയിലവയുടെ ഗന്ധം
അങ്ങനെ കള്ള കർക്കടകത്തെ
തള്ളിയകറ്റാൻ ചോദനമാകും...
●

കൊയ്ത്തുകേറുന്നവർ

പുഞ്ച നന്നായ് പിടിച്ചു, വിളഞ്ഞത്
പൊൻ കതിർ നിന്നു ചായുന്നു, കൺകളിൽ
വന്നു തട്ടുന്നതിൻ നിറം നാളെയിൽ
ചെന്നു കൊയ്യണം; മറ്റവർ വന്നത്
കൊയ്ത്തു കേറ്റി മദിക്കുന്നതിൻ മുമ്പ്
കൊയ്ത്തു കേറണം നമ്മൾക്കു നമ്മളായ്...

പുഞ്ചയിങ്ങനെ പുഞ്ചയായ് തീർന്നതിൻ
പിന്നിലുണ്ടു ചരിത്രമനവധി
പുഞ്ച വിത്തിട്ടു പോന്നതു ഞങ്ങളും
നിന്റെ വിത്തിനാൽ നെഞ്ചകം കീറുന്നു...
പണ്ടു മിങ്ങനെയാണു നിൻ വിത്തുകൾ
അന്തകങ്ങളായ് മാറുന്ന രീതികൾ...

നഞ്ചു വിളയാതെ പാടങ്ങൾ കാക്കുവാൻ
പണ്ടു മിപ്പൊഴും ഞങ്ങളേയുള്ളത്
കണ്ടു പോകവേ്വാരുണ്ടതിൻ മേന്മകൾ
സങ്കടങ്ങളകറ്റുവാനായിടും...

പാടമതിരിട്ട തോട്ടിന്റെ വക്കിലെ
ചാളകൾക്കെത്ര കഥയുണ്ടു ചൊല്ലുവാൻ

കരിയുമുയിരിന്റെ കന്മഷം തീരാതെ
പകയുറഞ്ഞ നിലങ്ങൾക്കു കാർ നിറം
അപ്പൊഴും നിന്റെയുള്ളിൻ കറുപ്പിനോ-
ടൊട്ടുമെത്തില്ല, അത്രയ്ക്കു പോരില്ല...
അരിയ ചോരകൾ നീരാക്കി ഞങ്ങള-
ന്നുഴുതു വിത്തിട്ട കണ്ടങ്ങളൊക്കെയും
കതിരണിഞ്ഞതിന്നാഹ്ളാദമങ്ങനെ
പകരുവാൻ ഞങ്ങൾ നിന്നില്ല, നീയതിൻ
കടകളൊക്കെയും കൊയ്തെടുത്തുണ്ണുന്ന
ചരിതമങ്ങനെ പാണന്റെ പാട്ടു പോൽ
ഉറവിടം തേടിയെത്തുവാനാവാതെ
മൂതിയടഞ്ഞെന്നു കരുതുന്ന മൗഢ്യമേ
കരിവളക്കൈകളാഞ്ഞു വീശുന്നതിൻ
ലഹരി മൂർച്ചയായൊക്കെയും കൊയ്തിടും...!

അരിയ സൗഹൃദം നോവുന്നതാകിലോ
കളയുമതുകളെ മൂലക്കുഴികളിൽ...
ബലി കുടീരങ്ങൾ കാതോർത്തു നില്ക്കുമീ
കരകളിൽ ഞങ്ങളെത്തുന്നു കൊയ്യുവാൻ...
വിളകളും കാട്ടുകളകളും മുൾച്ചെടി
സകലതും കൊയ്തു കേറുന്ന നാൾവരും...!

അന്നുമാത്രമേ ഞങ്ങൾക്കു പുഞ്ചിരി
വന്നു വിടരുന്ന ചുണ്ടിണപ്പൂക്കളിൽ
നിന്നു തോറ്റം പുലർന്നു വന്നങ്ങനെ
കണ്ണിലും കതിന കത്തുന്ന നാൾവരും...
അന്നു ചാളക്കുടങ്ങളിൽ തിരിയിട്ട
നെയ് വിളക്കുകളാളും വെളിച്ചമായ്
ആ വെളിച്ചം പടർന്നും വളർന്നുമായ്
ദൂരെ ദിക്കുകൾ കാണുവാനായിടും...
ആ വെളിച്ചം ശരങ്ങളായ് നിന്നുടെ
പൂവുടൽ കീറിയപ്പുറം പോയിടും...

ദുരകളാകെ കരിഞ്ഞു മെരിഞ്ഞുമായ്
ചിതലരിച്ച നിൻ സംസ്കൃതി കത്തിടും...!
വിടരുമൊരു പുതു സംസ്കൃതി, ഞങ്ങൾ തൻ
ഹൃദയപക്ഷം ചുവപ്പിച്ച ശോഭയിൽ
പുതിയ പുഞ്ചകൾ വിത്തിട്ട കേറുവാ-
നരിയ കൗതുകം ഞങ്ങൾക്കു മൂത്തിടാം...!
●

പൂന്തേൻ

ഏതു പൂവിലും തേനുണ്ടു വണ്ടുകൾ
ഏതു പൂവിലും ചെന്നെത്തുമെങ്കിലും
മധുനുകരുവാനാഴ്ത്തില്ല കൊമ്പുക-
ളവയുമറിയുമോ പൂവിന്റെ വന്യത...
കാട്ടു പൂക്കളിൽ ചെന്നെത്തിയാവോള-
മാർത്തിയോടെ നുകരുമെന്നാകിലും
ചപല സങ്കല്പ സംഗീത ധാരയി-
ലൊരു ഞൊടി നിന്നു ചിന്തിച്ചു പോയിടും...
വർണ്ണ രാജികൾ കണ്ണഞ്ചി നില്ക്കുന്ന-
സ്വർണ്ണ മോഹങ്ങൾ പൂക്കില്ലൊരിക്കലും
കാത്തു പോരുന്ന നിന്നകം സംസ്കൃതി-
പൂത്തു കാണില്ല മൊട്ടേകരിഞ്ഞിടും...
ഒരു കിനാവിന്റെ നേർത്ത നൂൽപ്പട്ടങ്ങ-
ളെവിടെയും ചെന്നു തങ്ങിക്കിടന്നിടും
സ്വച്ഛ സല്ലാപ സമ്മേളനങ്ങളിൽ
കെട്ടു പൊട്ടും മുഹൂർത്തമുണ്ടായിടും...
ഒരു മുളം തണ്ടു[1] പെയ്തൊരാ സംഗീത-
ലഹരിയിൽ മുങ്ങി പിമ്പേ നടന്നതും
ഒടുവിലൊരു ദിനം ഞെട്ടറ്റ പൂവുപോൽ
വെറുതെ ഞാനു കിടന്നതും കണ്ടുവോ...

1 ചങ്ങമ്പുഴയുടെ രമണൻ

ചപല മെന്നു പറയുവാനാവാത്ത-
ലഹരി വെറുതെ നരഞ്ഞും പതഞ്ഞുവോ...?
കരിദിനം കാക്ക കരയുന്ന കൂട്ടമായ്
അറിയുമതു കഥാശേഷം ദുരന്തങ്ങൾ...
ഏതൊഴുക്കും തടയുമണക്കെട്ടി-
തേതു നേരവും പൊട്ടിയൊഴുകിടും
തടയുവാനൊട്ടു മാവാതെ പാഴ്ജലം
കുതി കുതിച്ചെങ്ങു പാഞ്ഞും നിരത്തിടും...
പുലരിയിതു, പിന്നെ മധ്യാഹ്ന, മതുകഴി-
ഞ്ഞിരുള്ള രാവിന്റെ രൂപത്തിലെത്തിടും
അതു കഴിഞ്ഞും പുലരിയതു കാക്കുവാ-
നണരു മെന്നതിന്നെന്താണുറപ്പഹോ...!
രണ്ടു നാൾ നിന്നു മിന്നിത്തിളങ്ങിടും
പിന്നെ വാടിക്കൊഴിഞ്ഞങ്ങളിഞ്ഞിടും
കണ്ടു നില്ക്കെ തിരികെട്ടിരുട്ടിനെ
ചെന്നു പുൽകുന്ന നാളെത്തുമോർക്കുക...
അതുവരേക്കു മീ വർണ്ണാങ്കിതാവേശ-
ലഹരിയിൽ മുങ്ങി നില്ക്കാൻ കഴിഞ്ഞിടും
അതു കഴിഞ്ഞുള്ളയാമങ്ങൾ കൂരിരുൾ
പടരു മതു നിന്നെയില്ലാതെയാക്കിടും...!

●

പേന

പേന കണ്ടാൽ ഭയക്കുന്ന കൂട്ടരും
പേനയേന്തുവാനാറിയാത്ത കൂട്ടരും
പേ പിടിച്ചേ നടക്കുന്നു, ഭാരതം
ഭീതി പടരുന്ന കാർമേഘ ജാലമോ...?
അക്ഷരം കത്തുമഗ്നി കണ്ടപ്പുറം
മുട്ടിലിഴയുന്ന സംസ്കൃതി ശൂന്യത
കെട്ടിയേറ്റുവാനാവില്ല പൂക്കാതെ
മൊട്ടു താനേ കരിഞ്ഞങ്ങു വീണിടും...
അക്ഷരം കണ്ടു ഞെട്ടുന്ന നിന്റെയാ-
ദുഷ്ട മാനസം, ചിന്തകൾ വൈകൃതം
അക്ഷരം പെറ്റു കൂട്ടുന്ന പേനയെ
ഞെട്ടലോടെ നീ നോക്കുന്നു പിന്നെയും
നിന്റെ ആയുധം പേനയല്ലെന്നുള്ള
ചിന്ത ഞങ്ങളിൽ പണ്ടേയുദിച്ചതും
നിന്റെ ശൂലവും കോടാലി വാളുക-
ളൊക്കെ നാളെ തുരുമ്പിച്ചൊടുങ്ങിടും...
എത്ര പേനകൾ, വിരലുകൾ, കണ്ഠങ്ങ-
ളൊക്കെ വെട്ടിയരിഞ്ഞ നിൻ ചേഷ്ടക-
ളിപ്പൊഴും കണ്ടു പോരുന്നു നാട്ടിലെ
ചിത്രമങ്ങനെ പലതുണ്ടു ഭീകരം...!
കൺതുറന്നു നീ കാണുക ഞങ്ങളിൽ

കണ്ടുവോ മറ്റൊരായുധം? പേനക-
ളെന്തിനേക്കാളുമേറെ പ്രിയങ്കരം
നിന്റെ വാളുകൾ ശൂലങ്ങളെന്തിനായ്...
ഏതു മൂർച്ചയുമക്ഷരപ്പെയ്ത്തിന്റെ
ജ്വാലയിൽ മങ്ങിയുരുകിയൊലിച്ചിടും
ഏതു കുന്തവും പേനയ്ക്കു മുമ്പിലോ
വീറൊടുങ്ങിപ്പതിയ്ക്കുന്ന കാണുക...
പേന കണ്ടാലുറഞ്ഞു തുള്ളുന്ന നിൻ
മേനി കരിയുന്ന കാന്തിക ശക്തിയാൽ
പേന തീർക്കുന്നൊരക്ഷര ജ്ജ്വാലക-
ളേതു കാട്ടുമെരിയ്ക്കുമെന്നോർക്കുക...
എത്രയുന്നത ജന്മങ്ങളിത്ര നാൾ
വെട്ടി വീഴ്ത്തി നീയക്ഷരം പേടിച്ച്
ഒട്ടുമോർത്തില്ലൊരു നാളുമക്ഷരം
കെട്ടു പോകാത്ത വസ്തുവാണെന്നതും...!
ഒരു വിരൽ നീ മുറിയ്ക്കുകിലായിരം
വിരൽ മുളയ്ക്കുമതിന്റെയങ്ങേപ്പുറം
അവ പിടിയ്ക്കുന്ന പേനകളക്ഷര-
പ്പെരുമഴയിൽ നീ മുങ്ങിയൊലിച്ചിടും... !
നശ്വരം നിന്റെ ആയുധം കോപ്പുക-
ളക്ഷരത്തിന്നു നാശമില്ലാത്തതും
ഇപ്രപഞ്ചം ജ്വലിക്കുന്ന നാൾവരെ-
യക്ഷരം പൂത്തു നില്ക്കുമെന്നോർക്കുക...!
●

അർദ്ധരാത്രി

അർദ്ധ രാത്രിയിൽ രാമനെന്തിങ്ങനെ
ചിത്തമേറെ ഭ്രമിച്ചോ കുടച്ചുടി
നില്ക്കയാണാക്കവലയിൽ, നാട്ടുകാർ
മത്സരിച്ചു ചിരിക്കുന്ന കൗതുകം...
കൂരിരുട്ടിനെ ഭേദിച്ചു കീറുന്ന
ജ്വാലയെങ്ങും പരക്കുന്ന മിന്നലിൻ
മോഹവലയങ്ങൾ കാന്തിക പ്രേരണ
സീമ വിട്ടെങ്ങുമേറെ പ്രസരണം...
പണ്ടുമിങ്ങനെയാകുന്ന രാമന്റെ
ചിന്ത കീഴ്മേൽ മറിഞ്ഞു കണക്കിന്റെ
ഗന്ധമെല്ലാം മറന്നുമുറക്കനെ
തന്റെ നാട്യങ്ങൾ നിർത്താതെ ചെയ്തിട്ടും...!
ഏതു ചോദ്യവും കേൾക്കാതെ കാതുകൾ
ഏതു കാഴ്ചയും കാണാതെ കണ്ണുകൾ
ഏതു ചിന്തയും പകരാത്ത ഹൃത്തിലെ
മേളനം കണ്ടുറക്കെ ചിരിക്കുവോർ
ഏറെയുണ്ടിന്നു ഭൂമിയിൽ മർത്യത-
കോറിയിട്ട ചരിത്ര വഴികളിൻ
പാദധൂളികൾ തട്ടാതെ മുട്ടാതെ-
പാപ ഭാരങ്ങൾ പങ്കിട്ടു നല്കാതെ...
ഭിക്ഷ നൽകുന്ന വാഗ്ദാന ധോരണി

കെട്ടടങ്ങാതെ, മറ്റൊന്നു കേൾക്കുന്നു
തൊട്ടു പിന്നാലെ മറ്റൊന്നനന്തരം
കെട്ടുകഥകളായ് മാറുന്ന കാഴ്ച്ചകൾ...
രാമനിങ്ങനെയാണു പറഞ്ഞതിൻ
കാരണം പിന്നെയോർക്കാതെ മുന്നിലെ
പാതമാത്രമായ് കാണുന്നു, സൗഹൃദം
കൂടണയാത്ത വ്യർത്ഥ മോഹങ്ങളായ്...
കാട്ടുകോഴികൾ, പോത്തുകൾ വൈകൃതം
പൂത്തു നില്ക്കുന്ന വന്യ തടങ്ങളിൽ
മാറ്റൊലിക്കൊണ്ടു പോകുന്ന രാമന്റെ
ചീർത്ത സങ്കല്പ സായൂജ്യ ചേഷ്ടകൾ
പതിവുതെറ്റാതെ പിന്നെയും കേട്ടു നാം
പലതു മുച്ചത്തിലോങ്കാര മെന്നപോൽ
ഒരുവനും കണ്ടു തൊഴുതില്ല, രാവിന്റെ
ഇരുളിലങ്ങനെ വിലയിച്ചു തീർന്നുവോ...!
പെറ്റു കൂട്ടുന്ന മോഹങ്ങളൊക്കെയും
വിറ്റു തീർക്കുന്ന വാണിഭം കെങ്കേമ-
മെത്രയാകിലും ലാഭം തടയുന്ന
ചിത്രമെത്തുന്ന നാളുണ്ടു നാളയിൽ
ബാക്കി വയ്ക്കണം മൂന്നടിയെങ്കിലും
കാത്തുപോരണം വായുവും വെള്ളവും
രാത്രിനാളെയുമെത്തും കുടച്ചൂടി-
യാർദ്രമായ് നിന്റെ ചിത്രമുണ്ടാവണം
ബാക്കിവയ്ക്കുന്ന മണ്ണിന്റെ വീറിൽ നി-
ന്നാർത്തലച്ചെത്തു മന്ത്യം കുറിയ്ക്കുവോർ...
അന്നു രാത്രിയിൽ വീണ്ടും കുടച്ചൂടി
വന്നു നില്ക്കണേ രാമ മനോഹര...!

●

വിശപ്പ്

ഒട്ടിയ വയറിൻ നിലവിളിയങ്ങനെ
ദിക്കുകളെട്ടും തേടിപ്പോകെ
കൊട്ടിയടച്ച മനസ്സും കണ്ണും
നില്ക്കുന്നുന്നത ശ്രേണിയിലങ്ങനെ...

ഗോപുര മുകളിലൊരുക്കിയ മഞ്ചലി-
ലേതോ കനവിൻ നേർത്ത നിറത്തിൽ
ആട്ടം ദാസികൾ നൃത്തച്ചുവടി-
ന്നാലസ്യത്തിൽ നീയമരുന്നു...

പട്ടിണി തിന്നു പുലർന്നവരനവധി-
യിപ്പൊഴുമൊട്ടിയ വയറും തടവി
മുട്ടിലിഴഞ്ഞു ശപിച്ച നടക്കും
ചിത്രം കണ്ണും കരളും തകരും...!

മോഹന വാക്കിൻ ഗരിമയിലവരുടെ
ജീവതമൊന്നും തളിരിട്ടില്ല
പാഴാകുന്ന കണക്കിൻ വന്യത
പാടേ നില്ക്കും ചോദ്യച്ചിഹ്നം...?

ഇനിയും പുലരാൻ വൈകുന്നേര-
ത്തുദയം കണ്ടു നമിപ്പാനാമോ...
കട്ടിയിരുട്ടിൽ തുഴയും തോണിക-
ളക്കരെയിക്കരെയത്തുന്നില്ല...

കെട്ടി മറച്ചൊരു കുടിലുകൾ വെട്ടം-
കിട്ടാതിരുളിൽ തപ്പി നടക്കും
കുട്ടികളക്ഷര വെട്ടം കാണാ-
തിപ്പൊഴുമുള്ളതു കോടികളല്ലോ...

മഞ്ഞകലർന്ന നിറങ്ങൾ, മിഴികൾ
തള്ളിയുമെല്ലുകളുന്തിയുമങ്ങനെ
മണ്ണിലുറങ്ങിയൊടുങ്ങും ജന്മം
കണ്ണുള്ളവരും കാണുന്നില്ല...

അവരുടെ നേർക്കാണാക്രോശങ്ങൾ
മധുരോദാര മഹദ്വചനങ്ങൾ
മധുരം തൊട്ടാലറിയാത്തവരുടെ
മനമലിയിക്കാനുത്ഘോഷങ്ങൾ...!

പിഞ്ഞിത്തുന്നിയ സങ്കല്പങ്ങളി-
ലുള്ളതു മുഴുവൻ വെളിയിൽ കാട്ടി
കഞ്ഞിമണം കണ്ടറിയാത്തവരുടെ
കണ്ണിലുടക്കും പേക്കോലങ്ങൾ...

ഏതോ പുഴയിലൊഴുക്കുന്നുണ്ടാം
തേനും പാലും, കണ്ടറിവില്ല...
അവയുടെ ഗന്ധം, രുചിയും, കാറ്റിൻ
ലഹരിയുമെങ്ങനെയിവിടെക്കാണും...

നിങ്ങൾ പരമ്പരയായിട്ടുണ്ണും
വർണ്ണോജ്ജ്വലമാം വിഭവമനേകം

ഇന്നും കനവിൽ പോലും കാണാ-
നുണ്ടാവാത്തൊരു ജന്മമിതല്ലോ...

നിത്യവുമന്നം കിട്ടുവതെങ്ങനെ
അസ്ഥിമരയ്ക്കും തണുപ്പ മറയ്ക്കാ-
നിത്തിരി വസ്ത്രം, പിന്നെ വെളിച്ചം
വെയിലും മഴയും കൊള്ളാതന്തി
മയങ്ങാൻ കൂരകൾ, കുടിനീരെന്നിവ-
യിവിടെയുമെത്തുവതെന്നാണവോ...!

കേട്ടു മയങ്ങും വാക്കുകളൂക്കിൽ
കാറ്റോടൊപ്പം വന്നു പതിക്കെ
പുത്തൻ ധാരകൾ മാരണമായി
മൃത്യു പടർത്താനെത്തുന്നല്ലോ...!

ഈ വകയൊന്നും കാണാൻ നിൻ മിഴി-
നീയെന്താവാം പൂട്ടിയടച്ചു
മാനവ സേവ മറന്നു മയങ്ങി
മാധവ സേവയിലൂറ്റം കൊൾവൂ...!

മാധവ പുണ്യമിതെക്കാലത്തും
വാഴാൻ നിന്നിൽ പതിയുവതില്ല
പുല്ലും, പുഴുവും, വന്യവുമെല്ലാ-
മൊന്നായ് കാണും മാധവനല്ലോ...

നിൻ ദുരയങ്ങനെ മൂത്തു പഴുത്ത്
പുണ്ണാവുന്ന ദിനങ്ങടെ വെട്ടം
ഞങ്ങടെ കൂമ്പിയ കണ്ണു പതുക്കെ
നിന്നു വിടർന്നതിലഗ്നി ജ്വലിക്കും..!
●

അകംപൊരുൾ

നീയില്ല, യെങ്കിൽ ഞാനില്ല സത്യം
നീറുന്ന വ്യാധി മുഴങ്ങുന്നു മുന്നിൽ
നീ തന്ന സമ്പാദ്യമെന്നോ കഴിഞ്ഞു
നീ വരു മിനിയെന്നു മാനവാമുന്നിൽ...?
ചിരകാലമായി കണ്ടിട്ടു തമ്മിൽ
പറയുവാനുണ്ടേറെ നാട്ടുകാര്യങ്ങൾ
പകരുമതു നീ നിത്യമറിവാണു കണ്ണിൽ
പടരുന്നിരുട്ടിന്നു കണ്ടുവോ മാനവ...?
നിൻവാക്കിലൊക്കെയും ദക്ഷിണ, യെൻവാക്കു
ഭംഗിയായ് ചൊല്ലമതു ഭിക്ഷയെന്നല്ലോ...
രണ്ടാകിലും കാശു കാശാണു മാനവ
കണ്ടിട്ടു നാളേറെ, യിനിയെന്നു കാണും...?
ഇത്രനാൾ വാങ്ങിയും തിന്നും കുടിച്ചും
മച്ചകത്തങ്ങനെ വാണു ഞാനേകനായ്
അന്തിത്തിരിയുമണഞ്ഞു നാളേറെയായ്
കണ്ടിട്ടു, നീയെന്തു പോരാത്തു മാനവാ...?
അറിയുന്നു ഞാനിന്നു നീയില്ലെങ്കിൽ
വളരുവതു പുലരുവതു ഞാനെങ്ങനാവോ...
അറിയുന്നു ഞാ, നതിൻ പൊരുൾ നീയറിയില്ല
അതുമാത്രമാണെന്റെ ഏകയാശ്വാസം...!
ഞാനല്ല വലുത്, നീയാണു സത്യം

നീയിന്നറിയില്ല ആനയ്ക്കു തുല്യം...
നീ തന്നെ സൃഷ്ടി, നീ തന്നെ സ്ഥിതിയും
നീ തന്നെ സംഹാര മൂർത്തിയും ധന്യം...
ഞാനകം പൊരുളെന്ന നിന്നകം മിഥ്യ
നീയറിയുന്ന നാളെത്താതിരിക്കില്ല
അതുവരെ മാത്രമാണെന്റെ യീ ചെങ്കോല്,
മകുടങ്ങൾ, ഹർമ്യങ്ങ, ളാഡംബരങ്ങൾ...
പിൻ വാങ്ങുവാനെനിക്കാവില്ല മുന്നിൽ
നിന്നു നീ മാറുന്ന നാളെത്തു മതുവരെ-
യിങ്ങനെ കുട്ടിയും കോലും കളിച്ചും
കണ്ണടച്ചൊക്കെ മറയ്ക്കാ, മൊതുക്കാം...!
ഞാനല്ല വലുത്, നീയാണു സത്യം
നീയാണു സൃഷ്ടി, നീ തന്നെ സ്ഥിതിയും...!
ഞാനല്ല, നീയാണകം പൊരുൾ മാനവ
നീറുന്നോരോർമ്മകളെന്നെ തളർത്തുന്നു...!
●

മാറാട്ടം

യാത്രയ്ക്ക ഭാണ്ഡങ്ങളൊന്നും മുറുക്കാതെ
നേർത്ത വരമ്പിലൂടൊറ്റയ്ക്കൊരാളുണ്ട്
വേച്ചും, കിതച്ചും മെലിഞ്ഞ വടിയുടെ
കൂർത്ത മുനയൂന്നി, മെല്ലവേ നീങ്ങുന്നു...
എങ്ങാണ ലക്ഷ്യമെന്നറിയില്ല, ജീവിത-
മിന്നോള മൂട്ടിയതറിയാനുമാവില്ല
നില്ക്കാനിടമില്ലിവിടെ, നിന്നൊത്തിരി
ദക്ഷിണാംശം നോക്കി യാത്ര തുടരണം...
പാഥേയമൊന്നും കരുതിയി, ല്ലിത്ര നാൾ
പാഴായ നൃത്തങ്ങളാടിക്കഴിഞ്ഞതിൻ,
ക്ഷീണമുണ്ടേറെ സിരാതന്തു മുറുകുന്നു
വീഴാമിടയ്ക്കെന്റെ യാത്ര മുടങ്ങിടാം...
ഊട്ടിയും പോറ്റിയും നന്നായി മക്കളെ
കാത്തു രക്ഷിച്ച വളർത്തിയവരൊക്കെ
ഉന്നത ശ്രേണിയിലെത്തി, കുടുംബമായ്
നിന്നു തിരിയുവാൻ നേരമില്ലാതെയായ്...
പട്ടണം നോക്കിപ്പറന്നവരുദ്യോഗ
ലബ്ധിയിൽ സമ്പന്ന വർഗ്ഗമായ് തീർന്നതും,
പച്ചപ്പരിഷ്ക്കാരമേറ്റവർ ഗ്രാമീണ
ചിത്ര ശില്പങ്ങൾ മറന്നും വെറുത്തും
നാട്ടിലെ വെള്ളവും, ശുദ്ധമാം വായുവു-

മേറ്റ വളർന്നതിൻ ചന്തവും, ചാരുത-
യൊക്കെ മറന്നുവോ? തുളസിക്കതിരിന്റെ
മുഗ്ദ നൈർമല്യവും പാടേയുപേക്ഷിച്ച...
ആണ്ടയ്ക്കൊരു ദിന മെത്തും വിരുന്നു കാ-
രായവർ മാറുന്നു അന്യഭാവങ്ങളിൽ
കെട്ടിപ്പൊതിഞ്ഞുള്ള വേഷങ്ങൾ കുട്ടിക-
ളിത്തിരി മണ്ണിൽ നടന്നാലബദ്ധമായ്...
മണ്ണിന്റെ ചൂരവർക്കറിയില്ല, മണ്ണിൽ നി-
ന്നുണ്ടായതാണെന്ന ബോധ്യവും വന്നില്ല...
അന്യഗ്രഹങ്ങളിൽ പാർത്തിട്ടു വന്നപോ-
ലെല്ലാമൊരത്ഭുത കൂറോടെ നോക്കുന്നു...
മണ്ണിൽ വിളഞ്ഞതു തിന്നാതെ മക്കളെ
നന്നായ് വളർത്തുന്നു, കോലങ്ങളായിട്ട്...!
എട്ടിന്റെ കുട്ടിയെ കണ്ടാലിരുപതിൻ
കെട്ടിലും മട്ടിലും കാഴ്ചയ്ക്ക ഭീകരം...!
നാട്ടിൻ പുറത്തുകാർ ഞങ്ങളോ വൃദ്ധരായ്
ഗാത്രങ്ങളൊക്കെ ചുളിഞ്ഞും വലിഞ്ഞുമായ്...
കൂട്ടുവാനാവില്ല ചന്തവും ചേരില്ല
ഭാഷയും വസ്ത്രവും മങ്ങി നരച്ചവ..

വീട്ടിന്നകത്തന്യഭാഷയിൽ പേശുവാൻ
കേട്ടാൽ തിരിയാതെ മാനത്തു നോക്കുന്നു...!
പട്ടണ വാസത്തിനൊട്ടുമേ ചേരില്ല
വൃദ്ധരായ് കൂടെ പൊറുപ്പിപ്പതെങ്ങനെ...?
ഇഷ്ടം പെരുക്കയാൽ വസ്തുക്കളൊക്കെയും
മക്കൾക്കു ദാനമായ് നല്കി ഭവനവും...
വച്ചില്ല ബാക്കി സ്ഥാവര ജംഗമ-
മൊക്കെ കൊടുത്തവർ സന്തുഷ്ടരാകുവാൻ...!
പെട്ട ചതിയിനി ചൊല്ലുവതെങ്ങനെ
മക്കളല്ലേയവർ; നാളെ തിരുത്തിടാം...!
വിറ്റു പെറുക്കി പറന്നവർ പട്ടണ-
സ്വപ്നങ്ങൾ, ഞങ്ങളോ തെരുവിന്റെ മക്കളായ്...!

മറ്റൊന്നുമോർക്കുവാനില്ലിനി, യാത്രയ്ക്കു-
കെട്ടിമുറുക്കുവാൻ ഭാണ്ഡങ്ങളില്ലാതെ
തെക്കോട്ടു തന്നെ നടക്കണം, മറ്റെങ്ങു-
മെത്തില്ല, ക്ഷീണം, തളർച്ച; നടക്കട്ടെ...?

●

പ്രകാശം

രണ്ടു കണ്ണുകൾ
നിന്നെ പിൻ തുടർന്നു കൊണ്ടേയിരിക്കുന്നു
സൂര്യ തേജസ്സുപോലെ
ഒളിക്കാനും, മറയ്ക്കാനും
ഇനി നിനക്കാവില്ല
ഇതു പ്രകാശമാണ്
തീരെ ചെറിയ പഴുതുകളിൽ
വലിയ സാധ്യതകൾ ഉൾക്കൊള്ളുന്നു...

ഗോപുര കവാടത്തിലൂടെ
അകത്തെ ഇടനാഴിയിലൂടെ
അകത്തളങ്ങളിലൂടെ
ചമയ്ക്കപ്പെട്ട ഇരുട്ടിനുമേൽ
അതു താണ്ഡവ മാടുന്ന സുദിനം
സ്വപ്നങ്ങളില്ലാത്തവരുടെ
തരിശു ഭൂമികളിൽ
ഒരു പേമാരി പോലെ
പെയ്തൊടുങ്ങുന്ന സുദിനം...

വിർപ്പു മുട്ടലുകൾക്കും നൊമ്പരങ്ങൾക്കും
വിഭ്രാന്തിക്കും, അശാന്തിക്കും

ഒറ്റ മൂലിപോലെ...
രണ്ടു കണ്ണുകൾ
നിന്നെ പിൻതുടർന്നു കൊണ്ടേയിരിയ്ക്കുന്നു
ഒന്നും കണ്ടില്ലെന്നു നടിയ്ക്കാൻ
ഇനി നിക്കാവില്ല...
●

കറുപ്പിന്റെ ദു:ഖം

തൊലി നിറം ചാക്കാലയേല്ക്കുന്ന കാലമാ-
ണിതു, സാക്ഷി ചൊല്ലുവാനാരു മില്ലേ...
നിറഭേദമങ്ങനെ നോവായി നീറ്റുന്ന
കഥ മറന്നപ്പുറം ചെന്നു കേറും

മാനവ നേറെ വളർന്നു വളർന്നങ്ങു
ഭൂമിക്കു മപ്പുറമെത്തി നില്ക്കുമ്പൊഴും
ശാസ്ത്രാവബോധം വളർന്നേറിയൊക്കെയും
കീഴ്പ്പെട്ടുത്തുന്നൊരു കാലത്തുമിങ്ങനെ
ഒന്നും വലുതല്ല തന്നെയും കാളെന്നു
മുന്നിൽ നിന്നോതുന്ന ശീലങ്ങൾ വളരുന്നു...

എങ്കിലുമുള്ളിൽ വളരുന്ന സ്വാർത്ഥത-
യെന്തിനും മീതെ മദിച്ചു വാഴുമ്പൊഴും
ഉന്നതനെങ്കിലുമുള്ളിൽ പകയുടെ
ഭിന്ന ഭാവങ്ങൾ തുടിയ്ക്കുന്ന മാത്രകൾ
ശീലങ്ങൾ ശീൽക്കാര ശബ്ദം കൊട്ടും വിഷ-
മൂറു, ന്നിഴയുന്ന ജന്തുക്കളെപ്പോലെ
കൺകളിലാളുന്ന വൈരാഗ്യ ജ്വാലക-
ളെന്തിനും പോരുന്ന മട്ടിലാണൊക്കെയും

തന്റേതു മാത്ര, മതിന്നു മങ്ങേപ്പുറ-
മെന്തുണ്ടു മറ്റവൻ കേവല നല്ലയോ..!

ചോരത്തിളപ്പുമാ ചോരയിൽ ചാലിച്ച
പോയ കാലത്തിന്റെ ധാർഷ്ട്യവും, വാഴ്ചയും
ഇന്നും പുലർത്തുവാൻ വെമ്പുന്ന നിൻകഥ
മുന്നേയറിഞ്ഞ പൊരുളെല്ലാം മറക്കുന്നു
ഇന്നലെയെല്ലാമടക്കിച്ചവിട്ടിയും
നിന്ന നില പാടു കതിരുട്ടുണരുന്നു...
ഇന്നോ പുനരതു പുലരുവാനുള്ളിലെ
കന്മഷ മോഹങ്ങളെരിയുന്ന തിരികളായ്
ജന്മാവശിഷ്ടങ്ങളായതിൻ ദോഷങ്ങ-
ളൊന്നെന്നു കതിരിട്ടു കത്തുന്നതിപ്പൊഴും...

ചാട്ടപ്രഹരങ്ങളിന്നലെ, ഇന്നതു
തോക്കിൻ മുനകൊണ്ടു പൂർത്തീകരിയ്ക്കുന്നു
തൊലി നിറം കൊണ്ടല്ല രാജനാകുന്നതും
പണിയനു മടിയാനുമാകുന്നതും പിന്നെ
അറിവെന്ന വാഗാർത്ഥമെന്തെന്നുരയ്ക്കുവാ-
നരുതാതെ നിൽക്കുന്നൊരീ ദിശാസന്ധിയിൽ
ഒന്നോർക്ക എന്നുമീ കർമ്മങ്ങളിങ്ങനെ
മുന്നോട്ടു തന്നെയെന്നെണ്ണാതിരിക്കുക...
ഇരുൾ മാറുമതിനു മേലുദയമുണ്ടാകും
വെയിലും വെളിച്ചവും നേർവഴികാട്ടും...!
●

ഓണാഘോഷം

അത്തക്കളങ്ങൾക്കു മുറ്റമില്ല
മുക്കുറ്റി തുമ്പകൾ പൂത്തുമില്ല...
കുട്ടികൾ കുമ്പിളും കോട്ടി പൂക്കൾ
കിട്ടുന്ന ദിക്കിൽ നടപ്പതില്ല...

കാടും തൊടികളുമില്ലയെങ്ങും
കാണുവാൻ നാട്ടു പൂവെങ്ങുമില്ല
ഒത്ത വെളുപ്പിനുണർന്നു പോവാൻ
കുട്ടികൾ പണ്ടു പോലല്ലയിന്ന്...

കർഷക രൂപങ്ങളെങ്ങുമില്ല
കച്ചി, കരി, കന്നു കാണ്മാനില്ല
കൊയ്ത്തും മെതിയും മറന്നകാലം
വെച്ചു വിളമ്പുന്ന ശീലമില്ല...

തുമ്പിയുറയലും കുമ്മിയടിക്കലും
എന്നോ മറന്ന പഴങ്കഥകൾ
പന്തു കളിക്കാനറിയില്ല കുട്ടികൾ
കണ്ടാലറയ്ക്കുന്ന രൂപങ്ങളായ്...

വെച്ച വിളക്കും നിറപറയും
ചിത്രങ്ങൾ മാത്രമായ് മാറിയിന്ന്
മുറ്റത്തു മാതേവ രൂപമില്ല
മുക്കുറ്റി ചാർത്താനറിയുകില്ല...

ഓണമുണ്ടിന്നും വിലയ്ക്കു വാങ്ങും
പൂവിട്ടു പൂക്കളം തീർപ്പതുണ്ട്
മുറ്റങ്ങളല്ലവ നാലുമുക്കിൽ
ക്ഷിപ്രസാധ്യങ്ങളായ് മാറിയൊക്കെ...

സദ്യകൾ വയ്ക്കാതെ വീട്ടിലെത്തും
തുട്ടിന്നു ക്ഷാമമില്ലാർക്കുമൊട്ടും
കെട്ടിയൊരുങ്ങിയിരുന്നു തിന്നാം
ഒട്ടും മെരുങ്ങേണ്ട കാര്യമില്ല...

സമ്പത്തു കൂടുന്ന രീതിയ്ക്കു രോഗങ്ങ-
ളുണ്ടാവുമാർക്കും ഗരിമയ്ക്കുമൊപ്പം...
അന്തസ്സു കൂടുന്നു, നാലുപേരോടായി
എന്നും വെടി പറഞ്ഞുല്ലസിക്കാം...

ഓണവും സംക്രാന്തിയെന്നിവ നാളെയിൽ
ജീവിത ചിന്തയിലില്ലാതെയായിടും
ഓർക്കുവാനുള്ളതോ പുത്തൻ കഥകളും,
ചാർത്താമതുകളെ പുത്തൻ ചരിത്രമായ്...!

●

രാമൻ ഉവാച

ഉത്പന്നമായെന്നെ മാറ്റി നീ, പിന്നെയോ
വില്പനയ്ക്കെത്തിച്ച കമ്പോള മധ്യേ
ഒട്ടും മനക്കുത്തു തോന്നാതെ നീ മഹാ-
ബുദ്ധിമാനാണെന്ന ഭാവത്തിൽ നില്ക്കുന്നു...

ഇത്ര നാളെല്ലാം സഹിച്ച നീ മേല്പോട്ട്
വച്ചടി വച്ച കരേറുവാനേണിയായ്
എൻ നാമമാദ്യന്ത മുച്ചരിച്ചൊക്കെയും
വന്നു ഭവിച്ചിന്നു വൻ ദുരന്തങ്ങളായ്...

ഞാനോ മഹാസാധുവല്ലെന്ന യാഥാർത്ഥ്യ-
മാരെയുംകാളും നിനക്കറിയാമെന്ന
ധാരണ പണ്ടേയുദിച്ചതാണെങ്കിലും
കാര്യങ്ങളൊന്നും പറയാനുമായില്ല...

ശങ്കിച്ചു നിന്നില്ല നിന്നഹങ്കാരങ്ങ-
ളെന്നെയും തള്ളി കുതിച്ചു പായുമ്പൊഴും
പണ്ടത്തെ ശീലങ്ങളോർത്തെടുത്തൊക്കെയും
ഖണ്ഡിച്ചു കേറുവാനറിയാഞ്ഞുമല്ല ഞാൻ
കണ്ണടച്ചൊക്കെയും നിന്നനുകൂലിയായ്
നിന്നതു കേവലം സത്യമാണെങ്കിലും

അന്നുമെന്നുള്ളിന്റെയുള്ളിൽ കുറിച്ചിട്ട-
തിന്നും ജ്വലിക്കുന്ന ചിത്രമായ് നില്ക്കുന്നു...

ശംബൂകചരിതമെന്തോർക്കാത്തു, ബാലിയെ-
കണ്ട ചരിത്രവു മോർക്കുക മാനവ...
തട്ടിച്ചു നോക്കുകിൽ നീയെത്ര കേവല-
നെപ്പൊഴേ, മാറ്റിയെഴുതുവാനായേനെ...

കർമ്മങ്ങളിത്രനാൾ നീട്ടി നിൻ ജീവിത-
കർമ്മങ്ങളെങ്ങനെയാണെന്നു നോക്കുവാൻ
ഇന്നറിയുന്നു ഞാൻ നിൻ കർമ്മ, ഭാവങ്ങ-
ളെന്നിലെ ഭക്തി വിശ്വാസങ്ങളല്ലെന്ന്
വില്പനക്കാരനാ, ണന്നു മിന്നും നിന്റെ
ചിത്രങ്ങളെങ്ങനെ മാറ്റാൻ കഴിഞ്ഞിടും...?
ഒക്കെയും വിറ്റുതുലച്ചവൻ, നീ, യെന്നെ
വില്ക്കുവാൻ കമ്പോളമെത്തിച്ചു നില്ക്കുന്നു...!

പൂജ്യത്തിൽ നിന്നുമുയർന്നു സംപൂജ്യനായ്
പൂക്കാലഭംഗി നീയാസ്വദിക്കുമ്പൊഴും
പിൻ തിരിഞ്ഞൊന്നു നീ നോക്കുകിൽ നന്നതിൽ
പിൻ തിരിഞ്ഞാലുയിർ ബാക്കികിടന്നിടും...

ഒട്ടും സഹിക്കുവാനാവാത്ത മട്ടിൽ നീ-
യെത്തിച്ചിതെന്നെ, ഞാൻ കേവലം ബലി മൃഗ-
മല്ലെന്നു ചിന്തിച്ചു കേറുവാൻ പിൻ ബുദ്ധി
നിന്നിലുണ്ടായതു നേരല്ലയോർക്കുക...!

എൻ കർമ്മദോഷങ്ങളല്ല ഞാനീ വിധം
നിന്നോടു ചേർന്നു നില്ക്കുന്നതിൻ കാരണം
പൊള്ളച്ച നിന്നകം വാക്കുകൾ മാനവ-
രെല്ലാം ഗ്രഹിക്കുന്ന കാലമുണ്ടാകുവാൻ...

ഇത്രനാളെന്നെയൊരായുധമാക്കി നീ-
യുദ്ധം ജയിച്ചിനി നാളെയതില്ലെന്ന-
സത്യമറിയുന്ന മാത്രയിലെന്നെ നീ-
പുച്ഛിച്ച തള്ളുമെന്നറിയാമെനിക്കിഹ...!

അത്ര മേലായുർ ദൈർഘ്യം നിനക്കില്ല-
യിത്ര നാളുണ്ടതെൻ ചോറെന്നെതോർക്കുക...
കൊട്ടിയടയ്ക്കട്ടെ ഞാ, നെന്റെ വാതിൽ നീ-
മുട്ടുവാൻ നില്ക്കണ്ട, നിന്നെ ഞാനറിയുന്നു...
ആരവം ദൂരത്തു ചാരത്തു കേൾക്കുന്നു
നീയെഴുന്നള്ളുന്നഘോഷമാണൊക്കെയും,
ഇക്കണ്ട കാര്യങ്ങളൊക്കെ നടത്തിച്ച
സല്ക്കർമ്മിയാമെന്നെ നീയും മറന്നുവോ...?

കൊട്ടുമേളം തേരു, മാനയും കാലാളു-
മൊക്കെയും നിന്റേതു മാത്രമാണെന്നുള്ള
മിഥ്യയിൽ പൂക്കുന്ന ഗർവ്വിന്റെ കൊടുമുടി
യൊക്കയും, കേറിയിറങ്ങുവാനാവാതെ
നില്ക്കുമൊരിക്ക, ലന്നെന്നെയോർമ്മിക്കുന്ന
ചിത്രമെന്നുള്ളിൽ തെളിയുന്ന മാനവ...!

●

സൂര്യൻ

അസ്തമിക്കുവാനാവാത്ത സൂര്യനുണ്ട-
പ്പുറം മേഘ പാളികൾ ഭേദിച്ച
കത്തി നില്ക്കു, നാട്ടുകുവാൻ വാനര-
രൊട്ടു പേർ ചാടി മൂക്കുകുത്തുന്നിതാ...!

അന്ത്യകാലത്തുദിയ്ക്കുന്ന ചിന്തക-
ളന്തമില്ലാതെ ദിക്കുകൾ ഭേദിച്ച്
എന്തിലും ചെന്നു മുട്ടിത്തകരുവാ-
നുണ്ടു പോകുന്നു പിന്നെയും മുന്നോട്ട്...

കണ്ട പാഠങ്ങളൊന്നും പഠിയ്ക്കാതെ
മന്ദബുദ്ധികൾ പൂത്തുലയുമ്പൊഴും
സ്വന്ത മാക്കുവാൻ കൂടുന്ന കൂട്ടരും
തന്റെ പങ്കുകളൂർജ്ജം പകരുന്നു...

നാലുകെട്ടും പടിപ്പുര കോപ്പുക-
ളാളി നിന്നൊരാ നഷ്ടപ്രതാപങ്ങ-
ളാന കേറിത്തഴമ്പിച്ച ചന്തിക-
ളാരു കണ്ടെന്നുറക്കെ പറയുക...!

പിണ്ഡമൂട്ടിത്തഴമ്പിച്ച കയ്യുകൾ
പിണ്ടികണ്ടേ നടുങ്ങുന്ന നാളുകൾ
ചങ്കുറപ്പിന്റെ മുന്നിൽ ചിതറുന്ന-
ചന്തമുള്ളതു നേരിട്ടു കാണുക...!

കത്തി നില്ക്കുന്ന സൂര്യന്നു നേർക്കു നീ-
യസ്ത്ര മേറെ തൊടുത്തു തളർന്നതിൻ
ചിത്രമങ്ങനെ ദിക്കെട്ടു മംബരം
മുട്ടി മുട്ടാതെ തൂങ്ങുന്ന ശില്പമായ്...

കണ്ടു നില്ക്കുന്ന കാണികളൊക്കെയും
ബന്ധമറ്റു പിരിഞ്ഞു പോകുന്നതും
തന്റെ നിഴലുമൊട്ടുക്കം പിരിയുന്ന-
ചിന്തയേശാതെ നില്പു കുറച്ചു പേർ...

മാരകം മഹാമാരി പോൽ ചിന്തക-
ളൂളിയിട്ടു നരഞ്ഞു പൊന്തുന്നതിൻ,
കാരണം പകൽ വെട്ടം കണക്കിനെ-
ന്നേതു കോതയും തുള്ളിട്ടു നില്ക്കവേ...

ചിരപുരാതിന ചീഞ്ഞ സംസ്കാരവും
മലിന ചിന്തയും മാറാത്ത വ്യാധിയും
അറിക, നീ, മഹാശാപമായ് മാറുന്നു
പിറവി വൈകൃതം ഞങ്ങളും കാണുന്നു...!

●

ഭേദ്യം

മുറ്റിയ മൗനം കുത്തിയുടയ്ക്കാൻ
തൃക്കൺ കൂർപ്പിച്ചരികിൽ നില്ക്കുക
വച്ചവിളക്കിൻ തിരികളണഞ്ഞത്
കെട്ട വിചാര മുണർന്നതിനാലോ...

വന്യതയെങ്ങും ചിറകടി, കഴുകുക-
ളെങ്ങും പാറും ശീൽക്കാരങ്ങൾ
ഒന്നിനു പിറകെ മറ്റൊന്നായി
വന്നു ഭവിക്കുന്നാപത്തനവധി...

മാറത്തടിയും നിലവിളി രോദന-
മാറാതെങ്ങും, കാറ്റിൻ ഗന്ധം
ഏതോ ഭീകര ജീവി നിരങ്ങി
ജീവിത മടിയിൽ മണ്ണു പുരണ്ടും
മണ്ണോടൊട്ടിയളിഞ്ഞിനി നാളെ
കണ്ണുള്ളവരും കാണാതാകും...

കാലം തന്ന ദുരന്തം വേറെ
കാണാമറയത്തെത്തും വേറെ
കല്പിത മനവധിയെത്തുന്നുണ്ടതു
സൃഷ്ടിച്ചവരുടെ വൈകൃതമാണോ...?

ഏതു യുഗത്തിൻ ശാപമിതിങ്ങനെ
മാറാവ്യാധികളായി മനുഷ്യനു
മോചനമില്ലാ ദുരിതക്കയമതി-
ലാരേ തള്ളിയെറിഞ്ഞതി ക്രൂരം...?

നഗ്ന പദങ്ങൾ തേഞ്ഞു നടന്നതു
മെച്ചപ്പെട്ടതു കിട്ടാനല്ലെ-
ന്നെത്രയുറക്കെ വിളിച്ചു പറഞ്ഞുയിർ
കിട്ടാൻ മാത്രം; കിട്ടിയതെന്തോ...!

വൻ മുടി കൊട്ടുമുടിയലിയില്ലവയുടെ
കണ്ണിൽ കാളും തീജ്ജ്വാലകളിൽ
എണ്ണമറിഞ്ഞവ വെന്തു നശിക്കാൻ
തന്നെയെറിഞ്ഞന്നറിയാത്തെന്തു...!

എന്നിട്ടും പുനരാഖ്യാനങ്ങൾ
പിന്നെയുമേറെ പൊങ്ങുന്നല്ലോ
ഒന്നും ഭൂമിയിലെത്തുന്നില്ലവ-
യങ്ങനെ വായുവിലലിയുവതാണോ...?

മുറ്റിയ മൗനം കുത്തിയുടയ്ക്കുക
തൃക്കൺ കൂർപ്പിച്ചരികിൽ നില്ക്കുക!
കുത്തിയുടയ്ക്കണ മീ മൗനത്തിൻ
ശില്പമ, തല്ലേൽ മാരണമാകും...!
●

പുഴയുടെ പ്രണയം

പുഴയുടെ പുളിനം പൂത്ത നിലാവിൻ
കുളിരല കനവിൻ ചിറകു വിടർത്തി...
അങ്ങിങ്ങോരോ താരക റാണിക-
ളൊന്നും രണ്ടും ചൊല്ലിയിരിപ്പൂ...
നടുവിൽ പനിമതി വ്രീളാവതിയായ്
വെറുതെ കാൽ നഖ ചിത്രം ലിഖിതം...

അന്തിച്ചോപ്പു കലങ്ങിയ മാനം
ചുണ്ടൻ വള്ളം തുഴയുവതനവധി
വഞ്ചിപ്പാട്ടിന്നീണം കേൾക്കാം
ചെണ്ടക്കോലിലമൃതമൃതമൃത...

ദൃശ്യമതൊന്നും തങ്ങുന്നില്ലെൻ
ചിത്തം കലപില കൂട്ടിയിരിപ്പൂ
ഇന്നലെയന്തിയ്ക്കേകിയ ചിരിയുടെ
സംഗീതത്തിന്നാരവ മെവിടെ...?

പാതിയടഞ്ഞൊരു മിഴിയിൽ, ചുണ്ടിൽ
വാരിത്തൂവിയ ചന്ദനലേപം,
വാടാമലരുകൾ വിടരും കവിളിൽ
ആരേ, നുള്ളിനുണക്കുഴി ചിതറി...

ഒക്കെയു മന്നൊരുകാലം യൗവ്വന-
ദു:ഖം;ചിതറിയ പടവുകളൊക്കെ
കാലക്കേടിൻ പായൽ പിടിച്ചത്
വാരിയകറ്റാതിന്നും കാണ്മൂ...

വറ്റീ പുഴയുടെ യൗവ്വന, മിന്നോ
ദൃഷ്ടിതറഞ്ഞാൽ വേദനയൂറും
നേർത്തതു വാർദ്ധക്യത്താലല്ലെ-
ന്നോർത്താൽ ക്രൂരത മിന്നിത്തെളിയും...!

തിങ്ങിനിറഞ്ഞൊരു പുഴയുടെ പുളിനം
ഇന്നോവേലിക്കെട്ടിന്നുള്ളിൽ
നിന്നു തപിപ്പൂ പ്രണയം തട്ടാ-
നെന്നിനിയാവും പണ്ടേപ്പോലെ...!

മലയുടെ മകുടം കാണാനില്ല
വെറുതെ പോവാൻ സാധ്യതയില്ല
പുതുമകൾ കുത്തിമറിച്ചു; ഉറവക-
ളെവിടെയൊളിച്ചെന്നറിയുവതാരോ...!

എന്നിനി വീണ്ടും കാണാം പുഴയുടെ
യൗവ്വന മുഗ്ദ വികാരാവേശം
എന്നിനി വീണ്ടും പൂക്കും പ്രണയം
തന്നേ പോകാനാരുണ്ടിവിടെ...?

●

കിരാതം

ചെമ്പനീർ പൂവിതൾ നുള്ളിയെടുത്തു ഞാ-
നന്ത്യകർമ്മം ചെയ്തു നില്ക്കുന്നു; രണ്ടു പേർ
സോദരരല്ലവർ, മക്കളാണിന്നെന്റെ
ജീവന്റെ പങ്കായ് പകുത്തെടുക്കട്ടെ ഞാൻ...!

വന്യമാം കാടിന്നകം പോലെ യുൾത്തടം
തിങ്ങിയിരുട്ടിൽ പുതഞ്ഞും കുഴഞ്ഞും
കാർനിറം കെട്ടി കൊടും വിഷം ചീറ്റുന്ന
മാനവ രൂപം ധരിച്ച നരാധമർ...

കീചക വേഷം ഭയാനകം പണ്ടത്തെ
ഭീകര രൂപമഴിയ്ക്കാതെയിപ്പൊഴും
ചുട്ടു തിന്നുന്നുയിർ പച്ചയ്ക്കു, ശീലങ്ങ-
ളുപ്പു കൂട്ടാതെ കിരാത വൃന്ദങ്ങളും

ആട്ടു[1] നടത്തുന്നിടയ്ക്കിടെ യന്ധത
നേർത്തു കാണുന്നില്ലയെങ്കിലും ക്രൂരത
ചീർക്കുന്നു നിന്നകം ബുദ്ധി, വെളിച്ചമോ
തീഷ്ണമാകുമ്പോഴോ നീ മുഖം പൊത്തുന്നു...!
കെട്ടു വേഷം വക്രബുദ്ധിയും ശുഭ്രത-

1 ഒരു അനുഷ്ഠാന കല, വീടുകളിൽ വഴിപാടായി നടത്തുന്നു

യൊക്കെയും നിന്റെ കാപട്യ മറിയുന്നു
വെട്ടി വീഴ്ത്തുന്നു പച്ച യുവത്വങ്ങ-
ളെത്രയാകിലുമൊട്ടും മടിക്കാതെ...

ജാര സംസർഗ്ഗ സന്ധാന വല്ലരി-
പ്പൂവു വണ്ടുകൾ നുകരാൻ മടിയ്ക്കുന്നു...
അത്ര ദുർഗന്ധ മാർന്നതിൻ ജീവിത
ചക്രമെങ്ങനെ പൂർണ്ണതയെത്തിടും...!

ഇതുവരെ കണ്ട കൂത്തുകൾ കാഴ്ചകൾ
ഇനിവരും കാല മുണ്ടാവുമെന്ന നിൻ
ബധിര ധാരണയ്ക്കന്ത്യമാകുന്ന നാൾ
വരു, മതു കഴിഞ്ഞപ്പുറം നിൻ കുലം
ഒരു മഹാ ദുരന്തത്തിന്റെ യോർമ്മ പോൽ
പതിയെ ചെങ്കടലാഴത്തിലാണ്ടു പോം
●

മൗനഭഞ്ജനം

നിന്റെ മൗനങ്ങളെ ഭഞ്ജിച്ച പോരു നീ
എന്റെ സങ്കല്പങ്ങൾ ചേർത്തങ്ങു വയ്ക്കുക
ഈ വഴി മധ്യത്തിലെന്തിനായ് നാം
വീറോടെ വാദിച്ച നേടുന്നതെന്തോ...?

അറിയുന്നു നിൻ കണ്ണിലണയുന്ന നാളത്തി-
ലറിയാത്തതെന്തോ പതിയിരിപ്പൂ
ഒരു രോദനം കാട്ടു മുളലിൻ മേലെയായ്
പതിയെയെൻ കർണ്ണത്തിലെത്തി നില്പൂ...!

ചിരകാല സൗഹൃദം ചിറകറ്റു വീഴുന്നു
ചിതയിലേയ്ക്കെത്തുന്നു മോഹഭംഗം
കരിമണം പുകയും കുഴഞ്ഞു വന്നെന്നുള്ളി-
ലടിയുന്നു ജീവിത ദുഃഖ മുറഞ്ഞപോൽ...

കാവഴിഞ്ഞെങ്കിലും കൽ വിളക്കിൽ തിരി
ആരോ തെളിച്ചതു കാക്കയ്ക്കു ഭക്ഷണം...
നീളുന്ന പാതയോ നിഴലോ നമുക്കിന്ന്
നീരാടി നീന്തുവാനെവിടെ വെള്ളം...?

കണ്ടുവോ നീ സഖീ നമ്മളെപ്പോലേറെ-
യുണ്ടവരൊക്കെയും കാൽ നടയായിട്ടു
ജന്മം ചുമന്നേ നടക്കുന്നു, ഭാണ്ഡങ്ങ-
ളൊന്നുമില്ലാത്തവർ, നിസ്വർ നിരാശ്രയർ...!

ഈ വഴി മധ്യത്തിലിനിയെന്തു കണ്ടു നാം
വീറോടെ കാൽ നട മുന്നോട്ടു പോയിടാം...?
ആരവം ദൂരത്തു ചാരത്തടുക്കുന്നു
നാമതിൽ മുങ്ങി ലയിക്കാതെ നോക്കണം
പീഡകളീ വിധം കൈ നീട്ടി വാങ്ങുവാൻ
നാമൊരേ ശക്തിയല്ലെന്നതിൻ കാരണം
ഭിന്നിച്ചു നമ്മൾ നടക്കുന്നവർക്കതു
മുന്നേയറിയുന്ന വാസ്തവമല്ലയോ...!

എന്റെയും നിന്റെയും മൗനങ്ങൾ ഭഞ്ജിച്ച്
സങ്കല്പമല്ലാത്ത സത്യത്തിലെത്തണം...
തെറ്റിനടക്കുന്ന കുഞ്ഞാടു നേർ വഴി-
യെത്തില്ല,യിടയനില്ലാതെന്നറിയുക...
വേണം സമർത്ഥനാമറിവുള്ളിടയന്റെ
ധീരനേതൃത്വം കൊതിക്കുന്നു കാലവും...!

●

ഉദയം

കിഴക്കേ മാനം പൂത്തു കാണുന്ന തെച്ചിപ്പൂക്ക-
ളിറുത്തു വാരിച്ചൂടിപ്പൊങ്ങിയോ ബാലാദിത്യൻ
നവമാം സന്ദേശങ്ങളുജ്ജ്വല കിരണങ്ങ-
ളണിയാൻ കൈ നീട്ടുന്ന പുലരിയ്ക്കെന്തേ ചോപ്പ്...?

ഒക്കെയു മുണരുന്നുണ്ടാലാളനാവേശത്താൽ
ദിക്കുകളെട്ടും നാട്ടുപച്ചയും പാടങ്ങളും,
പക്ഷികൾ, മൃഗങ്ങളും, പൂക്കുന്ന നെയ്യാമ്പലിൻ-
പുഷ്പങ്ങൾ, ശലഭങ്ങൾ, വണ്ടുകൾ, മുക്കുറ്റികൾ...
പാടവക്കിലെ ചാഞ്ഞ കൊമ്പിലെ കുയിലുക-
ളോട വായിക്കുന്നു പുലരി വിരിയുവാൻ
അകിടിൽ നിറകുംഭം പേറുന്നകുഞ്ഞിപ്പൈക്ക-
ളലറിക്കരയുന്നു ചൊരിയാൻ ദാഹിച്ചിട്ടോ...?

എങ്ങുനിന്നൊഴുകുന്ന ശംഖനാദങ്ങൾ മണി-
മന്ത്രങ്ങൾ, പ്രഭാതത്തിൻ ഭേരികൾ, നിറദീപ
സഞ്ചയം ചെരാതുകൾ, വട്ടക കൂട്ടങ്ങളും
പൊൻമണി നാദം, പൂക്കളിറുത്ത ഗന്ധം, കണ്ണി-
ലങ്ങനെ തെളിയുന്നു ചാർത്തിയ മുഖ ബിംബം...

ചെങ്കതിരേല്ക്കെ പൊന്നിൻ കതിരണിപ്പാടങ്ങളിൽ
തങ്ക വിസ്മയം കാറ്റു വീശുമ്പോളിളകുന്നു...

വരമ്പിൽ മേയുന്നഞ്ചാറുരുക്കൾ, കൃഷീവലൻ
പിറകിൽ കോലും ചാരി നില്ക്കുന്നു, ചുണ്ടിൽ ചിരി
കാഴ്ച്ചയിൽ മെച്ചം തന്നെ വിളവിക്കുറി, യതിൻ,
നേർത്തൊരാഹ്ളാദം മുഖത്തുദിച്ചു വിടരുന്നു...
എന്തിലും കാണാം നിന്റെ സ്പർശത്തിൻ വിരുതുക-
ളംബരം, ഭൂമി, പിന്നെയീരേഴ ലോകത്തിലും,
കാലചക്രത്തിൻ ഗതി നിയന്ത്രിച്ചവിട്ടുന്നു
കാലത്തെ ഗണിക്കുന്നു കൂട്ടുന്നു കിഴിയ്ക്കുന്നു...

ഞങ്ങളീ പ്രപഞ്ചത്തിൽ കേവലമണുക്കളായ്
പിന്നെയും പുലരുന്ന മർത്ത്യരൂപങ്ങൾ പൂണ്ടും
ഒക്കെയും നിയന്ത്രിക്കും നിന്നെയും കളിപ്പിച്ചു
നിഷ്ക്രിയ മനസ്സോടെ ഞങ്ങളും പുലർന്നോട്ടെ...!

●

ഞാൻ

ഞാനെന്റെ ഹുങ്കു, മഹങ്കാര ഗർവ്വുകൾ
വീതിച്ചു നല്കുന്നു മക്കൾക്കു തുല്യമായ്
എന്നിൽ നിന്നൂറിയിറങ്ങി വളർന്നവ-
രെന്റെ സമ്പാദ്യത്തിനർഹതപ്പെട്ടവർ...

നാലാളു നാളെയിൽ നാട്ടാരറിയുവാൻ
ഞാനെന്ന രൂപം നിലനിന്നു കാണണം
മസ്തകപ്പൊക്കവും വാലിൻ ചുഴറ്റലും,
കെട്ടിയൊരുങ്ങുവാനുള്ള ത്വരകളും
ചാടിക്കുതിക്കലും, കൂടെ കിടക്കലും
പാടിക്കളിക്കുന്ന ശീലും കളരിതൻ
പേരും പെരുമയും പേറിത്തളർന്നതും
ചേരാത്ത വസ്ത്രങ്ങളിട്ടു നടന്നതും...

നട്ടുച്ച നേരത്ത് ചൂട്ടും കൊളുത്തി നി-
ന്നട്ടഹസിച്ചു വശം കെട്ടു വീണതും
പൊക്കമില്ലായ്മതൻ പൊക്കത്തിൽ നിന്നുകൊ-
ണ്ടുലച്ചത്തിലോരോന്നു കൂകിപ്പറഞ്ഞതും
നാറച്ചെളിയിൽ ചവിട്ടി നടന്നതിൻ
നാറ്റവും മക്കൾക്കു പങ്കിട്ടു നല്കണം
മറ്റൊന്നു മില്ലെ,നിയ്ക്കേകുവാൻ മക്കൾക്കു

കിട്ടിയ പൈതൃക സ്വത്തിന്റെ ഓഹരി
പങ്കിട്ടെടുക്കാതെ മാർഗ്ഗമില്ലെ,ന്റെ യീ
സന്തോഷ, സങ്കട, വ്യാകരണാദികൾ
കൊട്ടിയും പാടിയും ജീവിച്ചു പോവുക-
യുച്ചയ്ക്കു നന്നായി മുങ്ങി നിവരുക...!

ഉച്ചിയിലെണ്ണ നിറയ്ക്കാൻ മറക്കണ്ട-
യിക്കണ്ട കാലം മറന്നതാണെൻ തെറ്റ്...
ഉച്ചി തിളച്ചു മറിഞ്ഞെന്റെ ബുദ്ധിക-
ളുത്തര മില്ലാത്ത ചോദ്യമായ് മാറിയും
ഉച്ചക്കിറുക്കിന്നു നവ്യമാം ഭാഷ്യങ്ങളു-
ച്ചത്തിലോതി തഴമ്പിച്ച നാവിന്റെ
സൃഷ്ടി രഹസ്യങ്ങൾ തേടേണ്ട, നാളെയി-
ലൊക്കെയൊരു കടം ബാക്കിയായ് നില്ക്കട്ടെ...!

●

കുചേലൻ

ഇന്നും കുചേലനായ് നില്ക്കുന്നു നിൻ മുന്നി-
ലന്നത്തെ വേഷവും രൂപവും ഭാവവും...
ഉത്തരീയത്തിൻ മുഷിഞ്ഞ പൊതിയ്ക്കുള്ളി-
ലിത്തിരിയവലുണ്ട് കണ്ണാ നിനക്കായി
പത്നിയിരന്നു സമ്പാദിച്ച നെല്ലിനാൽ
കുത്തിയൊരുക്കി പൊതിഞ്ഞു കെട്ടിത്തന്നു...

തൃക്കണ്ണു കൊണ്ടു നീ കാണുന്നതൊക്കെയു-
മത്രമേലാകാംക്ഷയേറുന്നെനിക്കിഹ...
കള്ളക്കടക്കണ്ണു കൊണ്ടു നീ കാണുന്ന
കണ്ണു ഞാനുൾക്കണ്ണുകൊണ്ടു കാണുന്നിഹ...!

ഉറ്റ സതീർത്ഥ്യരായ് വാണകാലത്തിന്റെ
മുഗ്ദമാമോർമ്മകളെന്നിലും പൂക്കുന്നു...
ഏറെ നടന്നു വിയർപ്പും പരിക്ഷീണ
ഭാവം വിശപ്പും കൊടിയ ദാഹങ്ങളും
വാർദ്ധക്യ ദാരിദ്ര്യ മേൽപ്പിച്ച സമ്പാദ്യ-
മാത്രകളോടിക്കയറും കിതപ്പുകൾ
സ്വാർത്ഥതകൊണ്ടല്ല, മക്കൾ തൻ കോലങ്ങ-
ളോർത്ത ദുരന്തമെൻ സ്വാസ്ഥ്യം കെടുത്തുന്നു...

പ്രേരണ ശക്തമായ്, പത്നിക്കു താങ്ങുവാ-
നാവാത്ത ദുരിതങ്ങൾ ജീവിതം വഴിമുട്ടി...!
ഏറെമടിച്ചു മടിച്ചു ഞാനെങ്കിലും
ജീവിതം തീർക്കുവാൻ മറ്റില്ല മാർഗ്ഗങ്ങൾ...
ഓലക്കുടയെന്ന കോലവും കൊണ്ടു ഞാ-
ന്നുരുകൾ താണ്ടി വന്നെത്തി നിൻ മുന്നിലും...

മറ്റില്ല മാർഗ്ഗങ്ങ, ളത്ര മേലില്ലായ്മ
കൊട്ടിയും കേറിയും ജീവിതം കയ്ക്കുന്നു...!
തെല്ലൊരാശ്വാസം ലഭിയ്ക്കു മെന്നോർത്തെന്റെ
വല്ലായ്മയൊക്കെ മറന്നു നടന്നെത്തി...

ഇന്നും കുചേലനായ് തന്നെ ഞാൻ നില്ക്കുന്നു
വന്നില്ല മാറ്റങ്ങൾ കൃഷ്ണൻ കനിഞ്ഞില്ല
മായകൊണ്ടെന്നെയുയർത്തിപ്പിടിച്ചെന്ന്
പാവമാ വാര്യർ [1]കിനാവു കണ്ടുന്മാദ-
ഭാവവും ഭക്തിയും കണ്ണു മൂടുമ്പൊഴും
ഇന്നും കുചേലനായ് തന്നെ ഞാൻ നില്ക്കുന്നു...!

കണ്ണന്റെ മായകൾ ജീവിതയാഥാർത്ഥ്യ-
മല്ലെന്നു ബോധ്യം തിരിച്ചറിഞ്ഞീടുവാ-
നിന്നും കഴിഞ്ഞില്ല, ഞാൻ മാത്രമല്ലെന്റെ-
കണ്ണിലുണ്ടേറെക്കുചേല രൂപങ്ങളീ-
മണ്ണിലങ്ങെങ്ങും നരകിച്ച ജീവിതം
പുണ്ണുപോലുതിയു,മാറ്റിയും നില്പവോർ...!
●

1 രാമപുരത്തുവാര്യർ

ഭാരതം

ഭാരതമാണെന്റെ ജന്മ ഭൂമി
ജന്മഭൂമി, ജന്മഭൂമി, ജന്മഭൂമി
ഭാരതമാണെന്റെ മാതൃഭൂമി
മാതൃഭൂമി, മാതൃഭൂമി, മാതൃഭൂമി

പരദേശി വാഴ്ച്ചയെ തോളോട് തോൾ ചേർന്ന്
എതിരിട്ടു വിജയം വരിച്ചവർ നാം
അടിമത്ത സംസ്കാര മൂട്ടി വളർത്തിയ
ദൂരമൂത്തൊരധികാര ഗർവ്വുകളെ
കുലമറ്റു പോകും വരെ നമ്മളൊന്നായി
പൊരുതി മുന്നേറി ജയിച്ചവർ നാം
ഹിന്ദു, ക്രിസ്ത്യാനി മുസൽമാനു മിത്രനാൾ
ബന്ധുക്കളായി നാമൊത്തു നിന്നു
ഒറ്റ വികാരത്തുടിപ്പിൽ നാമിത്രനാൾ
പൃഥ്വിക്കു കാവലായ് നിന്നു

മലിന സംസ്കാരം വളർന്നേറി നമ്മുടെ
മിഴികളെ പൂട്ടാതിരിക്കുവാനായ്
ഒരുമയോടൊത്തുചേർന്നീ പുണ്യ ഭൂമിയിൽ
ഇതു നമ്മളാർക്കും കൊടുക്കുകില്ല
ബന്ധുക്കളായി നാം ഇൻഡ്യതൻ മക്കളായ്

സിന്ധു സംസ്കാരം പുലർത്തി നിന്ന

ഇവിടെ ജനിച്ച നാ, മിവിടെ ജീവിച്ച നാം
ഇവിടെ യീ മണ്ണിൽ ലയിച്ച ചേരും
അതു തടുത്തരുതെന്നു ചൊല്ലുന്ന മുഷ്കിന്റെ
തലതകർത്തിന്നു ജയിച്ച കേറും

മത ജാതി വേതാള നൃത്തമാടുന്ന കാൽ
അരിവാള് കൊണ്ടു നാം കൊയ്തെടുക്കും
മാനവത്വത്തെ വെറുക്കുന്ന സിദ്ധാന്ത
വേദാന്ത വൈകൃതം തച്ചുടക്കും
കുടില തന്ത്രങ്ങൾക്കു മൂർച്ച കൂട്ടുമ്പൊഴോ
ചുടലക്കളങ്ങളിൽ ചാമുണ്ഡിയായ്
എരിപന്തമൊത്തിരി കത്തിച്ചു കത്തിച്ചു
പുരമെരിക്കാൻ ഞങ്ങളൊത്തു ചേരും
ഇതുഭാരതം ഇതുഭാരതം ഇതുഭാരതം
പലക്കോടി കണ്ഠങ്ങളേറ്റു ചൊല്ലും പുതു
മനു ജാതി മോചന സംഘഗാനം
●

ചന്ദ്രിക

ആതിര പോലെ കണ്ണഞ്ചിക്കുലുങ്ങി
നിലാവിന്റെ നീലിമ
ചുണ്ടിൽ വിടർത്തിച്ചിരിച്ചും
പ്രഭാത വിഭാതച്ചുവപ്പിൻ തുടുപ്പിൽ ലയിക്കുന്ന
ചുണ്ടിണ ക്ലുട്ടിക്കടിച്ചും
താരിളം വിരലാൽ പറക്കും ചുരുൾമുടി
മാടിയൊതുക്കി, ത്രസിക്കുന്ന മാറിടം
താനേ വിപഞ്ചിക മീട്ടുമ്പൊഴും നറും
നാണം വിതുമ്പും മുഖമൊട്ടു കുമ്പിയും
മൈലാഞ്ചിയാലെ ചുവന്ന നഖങ്ങളി-
ലരി മുല്ല മൊട്ടൊത്ത പല്ലാൽ കടിച്ചും,
പുതുമഴയേൽക്കെ പുളകം വിരിയുമീ
കരിമണ്ണിലവളുടയ കാൽ വിരൽത്തുമ്പിനാൽ
വെറുതെ കളങ്ങൾ വരച്ചുമഴിച്ചും
ഈറൻ ചുരുൾ മുടിത്തുമ്പത്തുലയുന്ന
കൃഷ്ണ തുളസിക്കതിർ മണം ചോർന്നും,
അളകങ്ങളിളകുന്ന തിരുനെറ്റി മദ്ധ്യത്തി-
ലലിയുന്ന കുങ്കുമപ്പൊട്ടു തുടിച്ചും
നിറസന്ധ്യപോലെ ത്രസിക്കുന്ന പൂങ്കവിൾ
ശോണിമ മിന്നിത്തെളിഞ്ഞും,
കടൽപോലെ നീലച്ച കുവള-

ത്തിലപോലെ നീണ്ടുള്ള കൺകളിൽ രാഗാർദ്ര
മദജല മൂറിത്തുടിച്ചും
ഋതുവായ വാസന്തശ്രീ തുളുമ്പുന്ന മാ-
റിട മൊട്ടുലഞ്ഞും തരിച്ചും
തിരപോലെ തീരം തഴുകി
തിരിപോലെ, കാവിലെ താലപ്പൊലിയുടെ-
യഴകാർന്ന നിഴൽപോലെ
നീലച്ച താമരയിതൾ പോലെ
ഇരുളിലെൻ കാതിൽപ്പതിക്കുന്ന മുത്തശ്ശി-
ക്കഥയിലെ മധു മധുര ശകലങ്ങൾ പോലെ
സിരകളിലിക്കിളി നെയ്യുന്ന രാവിലെ
കനവിന്റെ മർമ്മരം പോലെ
നിറഞ്ഞും നിലാവായ് തെളിഞ്ഞും
പുണർന്നും, വരിഞ്ഞും മുറുകുന്ന
വള്ളിപോൽ ചന്ദ്രിക!

ഇണചത്തൊരിണയുടെ
നോവിന്റെ ചില്ലട-
ഞ്ഞരികത്തുവീണു ചിതറുന്നപോലെ
കുന്തിതൻ തേങ്ങലിന്നലപോലെ
കണ്ണീർക്കണം പോലെ
കൈതകൾ പൂക്കുന്ന തോട്ടിൻ കരയിലെ
കാലികൾ മേയ്ക്കുന്ന ചെക്കന്റെ
കൈയിലെ തുമ്പിപോലെ
ചേരികൾക്കുള്ളിൽ ഞരങ്ങുന്ന രാവിന്റെ
ദീനമാം സ്വപ്നങ്ങൾ പോലെ
നഗരത്തിലെച്ചിൽ കുഴിയിലെ
കഴുകിയോരില കണ്ട നായ്ക്കളെ പോലെ
ആഷാഢ സന്ധ്യാ വിഷാദങ്ങൾപോലെ
കരിയായി മാറിക്കഴിഞ്ഞൊരീക്കാടിൻ
കരൾ കുമ്പിലലിയുന്ന നോവുപോലെ
കരിമണ്ണിലലിയുന്നു ചന്ദ്രിക! ജീവന്റെ

കനലായി മാറുന്ന ചന്ദ്രിക!
ഉലയൂതിയൂതിപ്പഴപ്പിച്ച-
കാരിരുമ്പുളിപ്പോലെ
നിലവച്ച പൊട്ടിത്തെറിക്കും
പടക്കങ്ങൾ പോലെ
അങ്കത്തിലേറുന്ന വീറുപോലെ
കുതിയങ്കത്തിലെ കൊട്ടും ചതിപോലെ
കുരുതിയിൽ കൂത്താടിയാടുന്ന കാളിതൻ
കണ്ണിലെ തീപോലെ, നാവിലെ രുചിപോലെ
കനൽപോലെ
ഇരകണ്ട പുലിപോലെ
മദം കൊണ്ട മത്താടിയാടും ഗജം പോലെ
ഇരുൾ പോലെയെന്നെ പുണർന്നും
പകൽ പോലെ മാനം നിറഞ്ഞും
വിളപോലെ
വിളകൊയ്ത്ത പെണ്ണിന്റെ വീറുപോലെ
കലിതുള്ളിയുറയുന്ന ചന്ദ്രിക, കൺകളിൽ
കനലാടി നിൽക്കുന്ന ചന്ദ്രിക!
പുഴപോലെ, പൂപോലെ, പൂന്തിങ്കൾ പോലെ
മധുപോലെ, മയിൽ പോലെ, മാമ്പൂവു പോലെ
കളിച്ചും കുണുങ്ങിക്കുലുങ്ങിച്ചിരിച്ചും

തരിച്ചും തരിവളക്കയ്യാൽ
നറുതേൻ നുണഞ്ഞും മണത്തും
എൻ കൊച്ചു ഗ്രാമമായ് തിങ്ങി നിറഞ്ഞു വളർന്നും
എന്നെ വളർത്തിയ
എൻ ചന്ദ്രികക്കിന്നെന്തു പറ്റി!
ഇന്നവൾ ചിരിക്കാറില്ല
കളിക്കാറില്ല
ചുണ്ടത്തെ മൗനത്തിനെന്തു മൂർച്ച!
വേടന്റെയമ്പു പോലെ
കരുവാന്റെ കത്തിപോലെ...

കാറ്റത്തുലയും മുടിയിഴയിന്നെത്ര ശൂന്യം
ഉടയാട കീറിപ്പറിഞ്ഞും, കുങ്കമ-
ക്കുറിയാകെ മാഞ്ഞും
ചുണ്ടിണയിലലിയും നിലാവിന്റെ നീലിമ
പുഞ്ചിരിയുമെല്ലാമഴിഞ്ഞൊഴി-
ഞ്ഞാകെ വിഷം തീണ്ടി നില്പ്പൂ...
കണ്ണിലെ മദജലത്തുള്ളികൾ വറ്റി വരണ്ടു
കൈതകൾ പൂക്കുന്ന തോട്ടിലെ കുഞ്ഞോളങ്ങൾ
ചന്ദ്രികയുടെ പാദസരങ്ങൾക്കൊപ്പം മത്സരിക്കാറില്ല...
ചന്ദ്രികയിന്ന്
ഇരുൾ പോലെയെന്നെപ്പുണരാറില്ല
മുളപ്പോലെ മാനം നിറയാറില്ല
ചന്ദ്രികയ്ക്കിന്നെന്തു പറ്റി..?
വഴിപോയവർ നിങ്ങൾ രാവുകൾ
പകലാക്കി വളർന്നവരുള്ളിൽ
കുടിയേറ്റിയ കാടത്തത്താൽ
ജഡ ചുട്ടുകരിച്ചവ, രോട്ടും
ജപ മൊക്കെ മറന്നവ, രമ്മയു-
ട്ടുടൽ കണ്ടു കൊതിപ്പവർ; നാവിൽ
ജലമൂറ്റി രസിപ്പവ, രൊട്ടുവിൽ
മുറതെറ്റി, മുറവിളിയായി
അടിതെറ്റി ആടിയുലഞ്ഞും
പെരുനാവുകൾ നീട്ടി നുണഞ്ഞും
ചുട്ടു ചോരയിലൂറ്റം കൊണ്ടും
കനലാടി, കാമാന്ധതയാൽ
ചുട്ടമാംസം ചീന്തിയെറിഞ്ഞും
ചുടലക്കളമാടി മദിച്ചും

വഴിപോയവർ നിങ്ങൾ നായക-
ളോരോന്നായ് കണ്ടെൻ ചന്ദ്രിക
മുറിതിങ്ങി, മുറ്റം തിങ്ങീ
ളുതുവായവളെൻ ഗ്രാമത്തിൻ

പുലർകാല കുളിരലപോലെ
നിറവാനിൽ അമ്പിളിപോലെ
കൊതിയൂറിയ രാവുകൾ തേങ്ങി...
മുലയാടിയുലഞ്ഞു; കാറ്റിൽ
മുടി ചിന്നിച്ചിതറി; നോവിൻ
കനലാളിയ കണ്ണുകളോടെ
വഴിയോരത്തങ്ങനെ നില്പ്പൂ..!
-ചന്ദ്രികയ്ക്കിന്നെന്തു പറ്റി..?
ഉത്തരവാദിത്വത്തിന്റെ ഉരുക്കു മുഷ്ടികൾ
മഞ്ഞുപോലെ ഉരുകുന്നു
എന്തും ഞാൻ സഹിക്കും,
പക്ഷേ...
ഇനിയും ചന്ദ്രിക വേട്ടയാടപ്പെട്ടാൽ...
●

സംഘഗാനം

അതിജീവനത്തിന്റെ സംഘഗാനം
അണിചേർന്നു നിന്നു നാം പാടിടേണം
ഒരുമയുടെ സന്ദേശ മുണരുന്ന പുലരികൾ
ഒരു പുത്തനുയിർ ഗാഥയേറ്റു ചൊല്ലാം...

- അതി...

ഇവിടെ വന്നണയും മഹാമാരിയെ
ഒരുമയോടെതിരിട്ടു കീഴ്പ്പെടുത്താൻ
വരികെന്റെ സഹജരേ നമ്മൾക്കു മുന്നിലായ്
ഒരുപുത്തനുദയ സൂര്യൻ പിറന്നു...

- അതി...

മത-ജാതി കോമര തുള്ളാട്ടമെവിടെയും
പുലരുവാനായില്ല ഉൾവലിഞ്ഞു
കദന കഥ പാടിക്കളിക്കും സഹസ്രങ്ങൾ
കരുണയുടെ തിരിപകർന്നെത്തിയില്ല...

- അതി...

പകലന്തി പ്രാർത്ഥിച്ചൊട്ടുങ്ങുന്ന ജന്മങ്ങൾ
പലരും പടം വച്ചു കീഴടങ്ങി
പ്രവചിച്ചൊട്ടുങ്ങുന്ന ജന്മങ്ങളൊക്കെയും
പുരയടച്ചിരുളിൽ മറഞ്ഞിരിപ്പൂ...

- അതി...

ഇവിടെ മനു ജാതിയെ കാത്തുരക്ഷിക്കുവാൻ
പുതിയ മന്ത്രങ്ങൾ പിറന്നു വന്നു
നരരക്ഷ ശാസ്ത്രത്തിൽ മാത്രമാണെന്നുള്ള
കഥകൾക്കു ജീവൻ തുടിച്ചു വന്നു...

- അതി...

ഇവിടെ നിന്നിനി നമുക്കീ ശാസ്ത്ര ചിന്തയാൽ
ഒരു പുത്തനുയിർ ഗാഥയേറ്റു ചൊല്ലാം
ഇതു തോൽക്കുകില്ല, ഇതുമാറുകില്ല
ഇവിടെ യീലോകാന്ത്യ കാലം വരെ...

- അതി...

●

ഓണം

ഓണം വരുവാറായെന്നാരോ
ഓടി നടന്നു, പാടവരമ്പിൽ
മാടപ്രാവുകൾ, തത്തകൾ, കൊറ്റിക-
ളോരോന്നും കതിർ നോക്കിയിരുന്നു...

കൊയ്ത്തു മെതിക്കണമിക്കുറിയോണം
പുന്നെല്ലിൻ ചോറുണ്ടു മദിക്കാം
വേലികളൊക്കെ പൂത്തു, തുമ്പക-
ളാടിയുലഞ്ഞൂ, മുക്കുറ്റിപ്പൂ
മുങ്ങി നിവർന്നു നാണം മിന്നീ
കണ്ണിലുമോണം ചെമ്പടകൊട്ടി...
മാവിൻ കൊമ്പിൽ ഞാത്തിയൊരുഞ്ഞാൽ
മാടി വിളിപ്പൂ, കുട്ടികളങ്ങനെ-
യോടി നടന്നും പന്തുകളിച്ചും
പാണൻ തുടിയിലറഞ്ഞു തിമർപ്പൂ...

മെഴുകിയ മുറ്റത്തിലയിട്ടുണ്ണാൻ
മികവൊട്ടുതേവർ കുറിതൊട്ടെത്തി
തുമ്പിപ്പാട്ടിന്നീണം തരുണികൾ
ചന്തത്തിൽ തിരുവാതിരയാടാൻ
വന്നു നിരന്നു കണ്ണിൽ നിറയെ

പെണ്ണിൻ ചന്തം തുവിയതെങ്ങനെ..?

കുമ്മാട്ടിക്കളി, കുമ്മിയടിക്കളി
തുള്ളും തുമ്പികളനവധിയങ്ങനെ
മുറ്റത്തരികിൽ, തൊടികളിലെല്ലാം
മെച്ചം കായ്കറി വിളവു സമൃദ്ധം
പാടവരമ്പിൽ വാഴക്കുലകൾ
ഓണം നോക്കിത്തലയാട്ടുന്നു...
ചന്തം ചോരും പൂക്കളമങ്ങനെ
മുണ്ടും കോടിയുമേന്തുന്നു...

എങ്ങും പൂത്തിരി പൊട്ടിച്ചിരികൾ
ചിങ്ങ നിലാവിനു നാണം പൂത്തു
കുട്ടികളാടിപ്പാടുന്നോണം
പെട്ടെന്നെന്തേ വന്നെത്തി
വന്നു മാബലി പൊന്നോലക്കുട
നിന്നു കറക്കീ, മുറ്റ, ത്തോണം
ഇക്കുറിയോണസ്സദ്യയുമുണ്ടേ
ദിക്കുകൾ കാണാൻ മാബലി പോവൂ...
നമ്മുടെ നാട്ടിൽ കേരളനാട്ടിൽ
എന്നും പുലരും തിരവോണങ്ങൾ
ഇന്നലെ ഓർമ്മക, ളിന്നോസത്യം
കണ്ണുകൾ നീട്ടി കണ്ടു മടങ്ങുക..!

●

നേര്

സോദരാ നേര് നീ ചൊല്ലുമെന്നോർത്തു ഞാ-
നീ രാത്രിയിതുവരെ കാത്തു...
നേരിന്റെ നിഴൽ പോലുമില്ലാത്തൊരീ കഥ
നേരെ വിഴുങ്ങുവാനാവുകില്ല...

നേരിനെ നേരിട്ടു കാണാത്ത നിൻ രൂപ-
മാരിലും ലജ്ജയുണ്ടാക്കും...
ബ്രഹ്മനിന്നേവരെ ചിന്തയിൽ കാണാത്ത
സംഗതി നീ വാർത്തെടുക്കും...!
വർണ്ണങ്ങളേറെ കുഴച്ചു ചാലിച്ചതിൻ
ഭംഗിയിൽ ഞങ്ങൾ മയങ്ങും...

നേരില്ല നേരായ വഴിയില്ല,യുള്ളിലെ
തീരാ കളങ്കങ്ങൾ, വന്യ രൂപം...
കുടില തന്ത്രങ്ങൾ ചിറകടിച്ചാർക്കുന്നു
കഴുകന്റെ ശീല്ക്കാര ശബ്ദം...
അലമുറ, ഒപ്പാരു പാട്ടായി മാറുന്നു
ഇവിടെ നിൻ വൈകൃതം പൂവിടുമ്പോൾ...

കൂലിയ്ക്കു കൊട്ടുന്ന ചെണ്ടയ്ക്കു തല്ലും
രൂപത്തിളക്കം കുടുംബത്തിലെത്തും...

എന്തുണ്ട് നേടുവാനിപ്പണി നാറുന്ന
ബന്ധങ്ങളൂട്ടി വളർത്തുകില്ലേ...?

പിന്നിട്ട ഭീകര കാലത്തെയോർമ്മക-
ളെന്തേ മറക്കുന്നു? ലാഭം കൊതിച്ചിട്ട്...
ഇന്നു തല്ക്കാലം ലഭിക്കുന്ന നേട്ടങ്ങ-
ളിന്നലെയോർക്കുകിൽ നീ ത്യജിക്കും...
ഒറ്റ കാരായില്ല,യിന്നലെ മുൻഗാമി
നട്ടെല്ലുറച്ചവരായിരുന്നു...!
കൂലിപ്പണിയവർ ചെയ്തില്ല നാറിയ
വീരേതിഹാസങ്ങൾ ചൊല്ലിയില്ല...
ഓർക്കാതിരിക്കുവാനാവില്ല നിൻപണി
നേർക്കിലും നേരിന്റെയംശമില്ല...
പാഠങ്ങളുണ്ടു പഠിക്കുവാനിന്നലെ
പാടിപ്പറഞ്ഞ മുൻഗാമി തൻ ചരിതങ്ങൾ...
'ഉന്നത ശീർഷരായ് നാടിൻ നെറുകയിൽ
വന്നു നിന്നങ്ങനെ ഗർജ്ജിച്ച സിംഹങ്ങൾ'
കല്ലേ പിളർക്കുന്ന കല്പന പോലുമ-
ന്നൊന്നു നടുങ്ങിയുറങ്ങിയ കാഴ്ചകൾ...

മങ്ങാതെയിന്നു മീ നാടിന്റെയുള്ളിലെ
കണ്ണായ് തിളങ്ങുന്നു നീയറിയുന്നുവോ...?
ഇന്നു നീ ചെയ്യുന്ന കൂലിപ്പണിയതിൻ
മുന്നിലും പിന്നിലും കൂലിയുണ്ടോർക്കുക...!
മങ്ങാതെ കിട്ടുമതു വാങ്ങിയും നാളെയിൽ
തിന്നും കുടിച്ചുമായ് വാലാട്ടി നില്ക്കുക...!

●

www.ingramcontent.com/pod-product-compliance
Lightning Source LLC
LaVergne TN
LVHW060113051026
849517LV00007B/2288
* 9 7 8 9 3 9 0 5 3 5 9 9 6 *